வெட்டுக்காசு

எரிசினக் கொற்றவன்

சத்யா

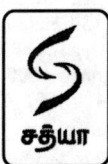

Title
Vettukasu

Erisina Kotravan

ISBN: 978-93-6666-442-2
Title Code : Sathyaa - 144

நூல் தலைப்பு
வெட்டுக்காசு

நூல் ஆசிரியர்
எரிசினக் கொற்றவன்

முதற்பதிப்பு
மார்ச் 2025

விலை : ₹ **180**

பக்கம் : **145**

Printed in India

Published by

Sathyaa Enterprises
No.134, First Floor,
Choolaimedu high road, Choolaimedu,
Chennai - 600 094.
044 - 4507 4203

Email
sathyaabooks@gmail.com

முன்னுரை

அன்னை மொழியே! அழகார்ந்த செந்தமிழே!
முன்னைக்கும் முன்னை முகிழ்த்த நறுங்கனியே!
கன்னிக் குமரிக் கடல் கொண்ட நாட்டிடையில்
மன்னி அரசிருந்த மண்ணுலகப் பேரரசே!

- பாவலரேறு பெருஞ்சித்திரனார்

இந்தப் பிரபஞ்சப் பெருவெளியில் தோன்றியது அனைத்தும் ஒரு நாள் அழியும் என்பது, எப்படி அறிவியலுக்கு உட்பட்ட உண்மையோ, அதைக் காட்டிலும் ஓர் உண்மை,தோற்றமே இல்லாதது, அழிவே இல்லாதது என்று காலம் காலமாக எத்தனையோ கதைகள் தோன்றிக் கொண்டிருப்பதுதான்.

எழுத்தாளர் எஸ்.ராமகிருஷ்ணன் அவர்களின் 'கடவுளின் நாக்கு' என்ற புத்தகத்தின் முதல் பகுதியிலேயே அவர் எழுதுகிறார். "உலகின் முதல் கதை சொல்லி கடவுள்தான் என்கிறார்கள் இன்கா பழங்குடி மக்கள். கடவுளின் நாக்குதான் முதற்கதையைச் சொல்லியது என்று அவர்கள் நம்புகிறார்கள். இந்தியா கதைகளின் தாயகம். கடற்கரையில் உள்ள மணலின் எண்ணிக்கைகளை விட கதைகளின் எண்ணிக்கை அதிகமானது என்பார்கள்."

ஒரு நல்ல கதை என்பது, நம் மனநிலையை ஒரு எள்ளின் முனையள வேனும் மாற்றியாக வேண்டும். இல்லாவிட்டால் அது சோடை போன கதை என்றே கணக்கில் எடுத்துக் கொள்ளப்படும். நாங்க

ளெல்லாம் பெரும் எழுத்தாளர்கள் என்ற மமதையில், பெருந் தொற்றுக் காலங்களில் கணக்கில்லாமல் கதைகளை எழுதிக் குவித்து விட்டார்கள் சிலர். அப்புத்தகங்களை வாங்கிப் படித்தால், காகிதங்கள் கருக்கருவாள்களாக உருமாறி நம் கழுத்தை அறுக்கின்றன.

நான் ஒரு விசயத்தில் மட்டும் உறுதியாக இருந்தேன். எத்தனை எழுதுகிறோம் என்பதைக் காட்டிலும் எப்படி எழுதுகிறோம் என்பதைப் பற்றி எனக்குள் நானே பலமுறை திறனாய்வு செய்து கொண்டேன். என்னுடைய கதைகளைப் படிப்பவர்களுக்கு, அவர்கள் அறியாத சில செய்திகளையும், குறிப்புகளையும் கொடுத் தாக வேண்டும் என்று நினைத்தேன். ஆனால் அது சிறுகதை என்ற கட்டுமானத்துக்குள் நிற்காமல் கட்டுரை என்ற கட்டடத்துக்குள் குடியேறி விடுமோ? என்ற ஐயமும் எனக்குள் இருந்தது. இருந்தால் இருக்கட்டும்.

ஒவ்வொரு எழுத்தாளனுக்கும் ஒவ்வொரு எழுத்து நடை வாய்த்தி ருக்கும். சிலரிடம் கவிதை எழுதச் சொல்லுங்களேன் பக்கம் பக்கமாக கட்டுரை எழுதுவான். சிலரிடம் ஒரு தலைப்பைக் கொடுத்து கட்டுரை எழுதச் சொல்லுங்களேன் அப்போதுதான் அவனுக்கு அருணகிரியின் சந்தத்தில் ஆறாய்ப் பெருக்கெடுக்கும் சொற்கள்.

எது எப்படியோ! சிறுகதை என்ற வடிவத்துக்கு இதுதான் இலக்கணம் என்ற வரையறையெல்லாம் கிடையாது என்று நான் நம்புகிறேன். அப்படி ஏதாவது உள்ளது என்றாலும் நான் அதை மதிப்பதாக இல்லை. கதை சொல்லும் பாங்கும், காட்சிப்படுத்தலும் நேர்த்தி யாக அமைந்தால் அந்தக் கதை கட்டாயம் இரசிக்கப்படும் என்று நம்புகிறேன். அந்த வகையில் ஏழு சிறுகதைகளின் தொகுப்பாக இப்புத்தகம் அமைந்துள்ளது. இதில் இரண்டாவதாக இடம் பெற்ற ‘சட்டை’ என்ற ஒரு சிறுகதை மட்டும் கற்பனையான கதை. அது சாதியத் தீண்டமையைப் பற்றிப் பேசுகிறது. அது போக மீதம் உள்ள ஆறு கதைகளும் உண்மையான கதைகள். உண்மை மாந்தர்களின் கதைகள். வஞ்சிக்கப்பட்ட மனிதர்களின் கதைகள்.

சில இடங்களில் துணிந்து பல செய்திகளை விவாதப் பொருளாக விட்டு வைப்பேன். உங்களை வேறு ஒரு கோணத்தில் சிந்திக்க வைப்பேன். காமத்தை உவமையால் ஒட்ட வைப்பேன். கவிதை வரிகளால் உங்கள் மனங்களை கனக்க வைப்பேன். சிரிக்க வைப்பேன். அழ வைப்பேன். அருவருக்க வைப்பேன். சமையலையும், சமையல் குறிப்பையும் கொடுத்து உங்கள் வாயில் எச்சில் ஊற வைப்பேன். ஆங்காங்கே சில வசவுச் சொற்களையும் தூவி வைப்பேன். எனவே எல்லாவற்றிற்கும் தயார் நிலையில் இருந்து கொண்டு கதைகளைப் படிக்கத் துவங்குங்கள்.

எத்தனை காலம் கடந்தாலும் இந்தக் கதைகளும் என் எழுத்துக்களும் உங்கள் மனதில் நிற்கும் என்று நான் உறுதியாக நம்புகிறேன். என் நம்பிக்கை மெய்யானதா? பொய்யானதா? என்பதை இச்சிறுகதைகளைப் படித்துவிட்டு என்னை தொலைபேசியில் அழைத்துக் கூறுங்கள்.

தோழர்கள் - திரு. சண்முக ஆனந்த், திரு. பெருதரன், திருமதி யோகேஷ் குமாரி ஆகியோருக்கும், இப்புத்தகத்தை வெளியிட்ட பதிப்பகத்தாருக்கும் மற்றும் என் தோழமைகள் அனைவருக்கும் இப்புத்தகம் சமர்ப்பணம்.

– நெஞ்சம் நிறைந்த அன்போடு

எரிசினக் கொற்றவன்

உள்ளே...

1.	போராட்டம்	7
2.	சட்டை	49
3.	நாச்சியார் முடுக்கு	56
4.	குற்றவாளிகள்	72
5.	ஒரு தற்கொலைக் குறிப்பு	81
6.	வெடிப்பு	104
7.	வெட்டுக் காசு	113

1

போராட்டம்

தமிழகத்தின் பிரதான உணவுகளில் இட்லிக்கு ஒரு முக்கிய இடம் உண்டு. சங்க இலக்கியங்களில் பலவகையான உணவுகளைப் பற்றிக் குறிப்பிடப்பட்டிருந்தாலும் இட்லியைப் பற்றிய குறிப்புகள் ஏதும் காணக் கிடைக்கவில்லை. 10 ஆம் நூற்றாண்டில் கன்னடத்தில் எழுதப்பட்ட 'லோகபகரா' என்ற நூலில் இட்லியைப் பற்றிய குறிப்பு உள்ளது. 12 ஆம் நூற்றாண்டில்தான் இட்லி தமிழகத்துக்கு அறிமுகம் ஆகி இருக்கும் என்பது ஆய்வாளர்களின் யூகம். அது போக, இட்லி என்ற உணவு இந்தோனேசியாவிலிருந்து இங்கு அறிமுகம் ஆகி இருக்கலாம் என்றும் கூறுகிறார்கள்.

அன்றாடம் உண்ணும் எளிமையான ஓர் உணவுக்குப் பின்னால் கூட வலிமையான ஒரு வரலாறு ஒளிந்துள்ளது என்றால், இன்று நாம் உண்ணும் பெயர் உச்சரிக்க முடியாத உணவுகளுக்குப் பின் எந்தெந்த நாட்டின் வரலாறுகள் ஒளிந்துள்ளன என்பதை அறிந்து கொள்வதற்கு பெரும்பாலான மனிதர்களுக்கு ஆர்வமும் இல்லை. நேரமும் இல்லை. ஒரு வகையில் அதுவும் சரிதான்.

காலுக்குச் செருப்புமில்லை
கால் வயிற்றுக் கூழுமில்லை
பாழுக்கு உழைத்தோமடா – என் தோழனே!
பசையற்றுப் போனோ மடா

பாலின்றி பிள்ளை அழும்
பட்டினியால் தாயழுவாள்
வேலையின்றி நாமழுவோம் – என் தோழனே!
வீடு முச்சூடும் அழும்

என்றாரே தோழர் ஜீவானந்தம் அப்படி, வறுமைக் கோடுகளைக் கூட எட்டிப் பிடிக்க முடியாத வறுமையின் படு பாதாளங்களில் வாழும் ஏழை மக்களைக் கொண்டதுதான் இந்த நாடு. இந்த நாட்டில் ஒரு நாளுக்கு முப்பது கோடிக்கும் மேற்பட்ட மக்கள் இரவில் உணவு இல்லாமல் உறங்குகிறார்கள் என்றெல்லாம் அறியப் பட்டுள்ளது.

இங்கு உணவுக்காக வாடும் கூட்டம் ஒரு புறமும் உணவுக்காகவே வாழும் கூட்டம் ஒரு புறமும் பெருத்துப் போயுள்ளது. இந்த ஏற்றத்தாழ்வு என்பது ஒரு சமூக வீக்கம் அல்லவா? சமத்துவம், சகோதரத்துவம், பொது உடைமை, கருணை, கடவுள் இந்த சொற் களுக்கெல்லாம் பொருள் உள்ளதா? பொருளற்றவற்றை பொசுக்கி விட வேண்டாமா? என்ற கேள்விகள் எல்லாம், ஒரு வேளை உணவுக்கும் நாதியற்று நலிந்து போன ஏழைகள் மேல் இரக்கம் கொள்வதால் ஏற்படும் மனக் குமைச்சலில் வந்து விழுவது. ஆனால் இதன் மறுபக்கம் வேடிக்கையும் வேறுபாடுகளும் நிறைந்தது.

உயிர் வாழ உணவு வேண்டும். அந்த உணவை வாங்கப் பொருள் வேண்டும் என்று உழைக்கச் சென்றவர்கள், பணி நெருக்கடிகளால் உணவை மறுத்து அதனால் நோய்வாய்ப்பட்டு ஈட்டிய பொருளை மருத்துவருக்குக் கொடுத்து விட்டு மாண்டு போகிறார்கள். ஒரு துண்டுத் தேங்காய்ச் சில்லுக்கு ஆசைப்பட்டு எலிப் பொறிக்குள் மாட்டிக் கொள்ளும் சுண்டெலி மனிதர்கள் இவர்கள்.

நம் உடலுக்கு எது தேவை? எது தேவையில்லை? எது ஆரோக்கிய மானது? எது ஆரோக்கியமற்றது? என்ற எந்த ஒரு பிரக்ஞையும்

இல்லாமல் வெந்ததைத் தின்றுவிட்டு விதிவந்தால் செத்துப் போவோம் என்று சிலர் வாழ்கிறார்கள். இவர்கள் நெகிழி மனிதர்கள். அப்போதைய பயன்பாட்டுக்கு உதவினாலும் நெகிழி களால் மண் மாசுறும். எரித்தால் காற்று மாசுறும். இது போன்ற மனிதர்களால் அவர்கள் சந்ததிகள் மட்டுமல்ல சமூகமும் மாசடைந்து போகும்.

உலகில் வெகு சிலர்தான், தன் உடலின் நிலை அறிந்து, உணவின் தகுதி, அளவு, சுவை, மணம் என்று அனைத்தும் அறிந்து, உணவை உடலுக்கும் அது தாங்கி இருக்கும் உயிருக்கும் செய்யும் ஊதிய மாகக் கருதி உண்பார்கள். இவர்கள் உணவில் தவம் செய்பவர்கள்.

இதிலும் சில நுட்பமான மனிதர்கள் இருக்கிறார்கள். அவர்களுக்கு செய்முறையும் அதில் உள்ள சேர்மானமும் மட்டுமல்ல, ஒவ்வொரு உணவுக்கும் உண்டான வரலாறுகளை அறிந்து வைத்திருப்பார்கள். ஒவ்வொரு காய்கறிக்கும் உண்டான பின்புலமெல்லாம் தெரிந்து வைத்திருப்பார்கள். குழம்பு கொதிக்கும் போதே உப்புக் குறைச்சல் என்பதை படுக்கையறையில் படுத்துக் கொண்டே மணமறிந்து சொல்லும் மந்திரவாதிகள் அவர்கள். உணவை எடுத்து வாயில் வைக்கும்போதே அதன் மணமறிந்து உண்ண வேண்டும் என்பத னால்தான், வாய்க்கு மேலே மூக்கை வைத்துப் படைத்தான் இறைவன் என்று புளகிதப்படுபவர்கள். இப்பேர்ப்பட்டவர்கள் பாராட்டுக்குரியவர்கள் என்றாலும் இவர்கள் சுயநலம் மிகுந்தவர் களாகத்தான் இருப்பார்கள். இந்தத் தகுதி கொண்ட மனிதன் ஆயிரத்தில் ஒருவன் மட்டுமே இருக்க வாய்ப்புண்டு. தொண்டி ‘நேனா. கானா’ பேரன் முத்துநாகு இருக்கானே அவனும் அந்த ஆயிரத்துல ஒருத்தன் தான்.

முத்துநாகுவின் சின்னம்மா மகன் பெயர் இசக்கி ராசு. இசக்கி ராசு, தன்னுடைய மாமன் மகளான வத்சலாவைக் காதலித்துத் திருமணம் செய்து கொண்டான். வத்சலா பிறந்து வளர்ந்தது எல்லாம் தொண்டியில்தான். இசக்கி ராசு பிறந்து வளர்ந்தது அரச நகரிப் பட்டினத்தில். அது புதுக்கோட்டை மாவட்டத்தைச் சார்ந்த ஒரு கடலோர கிராமம். தொண்டியிலிருந்து பாண்டிச்சேரி செல்லும்

கிழக்குக் கடற்கரைச் சாலையில் மீமிசல் என்ற ஊருக்கு முந்தைய பேருந்து நிறுத்தம்தான் அந்த ஊர். அந்த வழியாகச் செல்லும் எல்லாப் பேருந்துகளும் அரசநகரிப் பட்டினத்தின் பேருந்து நிறுத்தத்தில் நிற்பதில்லை. அதற்கென்று சில எண்கள் கொண்ட பேருந்துகளும், சிற்றுந்துகளும் குறிப்பிட்ட நேரமும் உண்டு. அரச நகரிப்பட்டினம் என்று கூறுவதைக் காட்டிலும் சேமங்கோட்டை என்றும் சேமங்கோட்டை ரைஸ்மில் நிறுத்தம் என்றுமே பெரும்பாலும் அழைக்கப்படுகிறது.

ஊருக்குள் நுழையும்போதே ஓர் அழகான திருக்கோயில். அங்கு வீற்றிருந்து அருள்பாலிக்கிறார் வில்லாயுதமுடைய ஐயனார். சாமி துடியான தெய்வம். சித்ரா பௌர்ணமி அன்று கோயில் கொடை. எங்கிருந்துதான் இவ்வளவு கூட்டம் வரும் என்று தெரியாது. நிறைமாத கர்ப்பிணியைப் போல மக்கள் கூட்டத்தால் வயிறு வீங்கிக் கிடக்கும் ஊர். கடற்கரை மணல் துகள்கள் அனைத்திலும் மனிதத் தடங்கள் பதிந்து கிடக்கும். ஊருக்குள் இசுலாமியர்கள் எண்ணிக்கை அதிகம். இருப்பினும் திருவிழாவின் கோலாகலத்தில், வள்ளி திருமண நாடகத்தில், வானளாவிய ராட்டினங்களில், கடை வீதிகளில் என்று எங்கு பார்த்தாலும் முக்காடு போட்ட பெண்களின் தலைகளும், தொப்பி போட்ட ஆண்களின் தலைகளும் தெரியாமல் இருந்ததில்லை. மதத்தை அரசியலாகவும், பணம் கொழிக்கும் நிறுவனமாகவும் பார்ப்பவர்களுக்குத்தான் வேறுபாடுகளும், பூசல்களும் வந்து சேர்கிறது. ஒருவருக்கொருவர் உதவிக்கொண்டும், உறவு பேணிக்கொண்டும் வாழும் எளிய மக்கள் அவர்களுக்குள் மத பேதமெல்லாம் பார்ப்பதில்லை.

(அது போக மேலுமொரு உண்மை உள்ளது. சாதி பேதம் பார்க்காதவன் எவனும் இல்லை. ஏனென்றால் தனக்குக் கீழே ஒருவன் இருக்க வேண்டும் என்ற அதிகார நமைச்சல். அது மரபு வழி கடத்தப் பட்டிருக்கும் போல.)

வில்லாயுதமுடையார் கோயிலுக்கு இடதுபுறமிருக்கும் ஆலமரத் தடியில் பஞ்சாயத்து நடந்து கொண்டிருந்தது. இசக்கி ராசுக்கும் அவன் தகப்பன் பொக்கனிக்கும் கடுமையான வாய்த்தகராறு வந்து

விட்டது. இருவரும் பஞ்சாயத்துக்கு அடங்குவதாக இல்லை. இசக்கி ராசு பாவமாய் பேசினான்.

ஐயா பெரியவுகளே! உங்களுக்குத் தெரியாதது ஒன்னுமில்ல. எம்பங்குக்கு வரவேண்டிய நெலத்துலதான் இம்புட்டு அரும்பாடு பட்டு வீட்டக் கட்டுனேன். அரண்மண மாதிரி வீட்டக் கட்டிப் புட்டு ஒஞ்சு உக்காரும் போது, நெலமும் ஒனக்கு இல்ல, வீடும் ஒனக்கு இல்லன்னு சொன்னா நான் எங்க போறது? நாலு புள்ளை களப் பெத்து வச்சிருக்கேன். மூத்த மக இப்பவோ அப்பவோ வயசுக்கு வந்துடுவா போலிருக்கு. நாளைக்கு அவளுக்கும் ஒரு நல்லது கெட்டது பாக்கணும். பிள்ளைகள் படிப்புச் செலவு இருக்குது. யாவாரத்துக்கு வாங்குன கடங்கன்னி வேற கெடக்குது. காலு நோவுக்கு கட்டுப் போடுவேனா? வயித்துப் பொழப்புக்கு வழி பண்ணுவேனா? இல்ல, இந்த மண்ட வலியப் பாப்பனா? நான் ஒஞ்சி போயிட்டேன்னையா. பெரியவுங்க நீங்க தான் இதப் பைசல் பண்ணி விடணும்.

பஞ்சாயத்தே உச்சிக் கொட்டி இரக்கப்பட்டு நிக்கிது இசக்கிராசப் பாத்து. பொக்கனிக்கு பொசுக்குன்னு கோவம் வந்துடுச்சு. ஊருக் குள்ள அவரு எம்புட்டுப் பஞ்சாயத்துப் பண்ணி வச்சிருப்பாரு. அவரு பெத்த மகனே அவரு மேல பிராது குடுத்து இப்புடி பஞ்சாயத்துல நிறுத்துனதுல அவருக்கு கோவம் இருக்குமா இருக்காதா? வெறி புடிச்சிருச்சு மனுசனுக்கு. பெத்த புள்ளைன்னும் பாக்கல, பொது எடமுன்னும் பாக்கல. வாயில வந்த மேனிக்கு வார்த்தைகளக் கொட்டிப்புட்டாரு.

அட வேசாம் மொவனே! என்னடா நல்லவன் மாதிரி வேசம் போடுறியா? ஒன்னோடச் சேத்து நானுந்தான்டா நாலு புள்ள பெத்தேன். ஒன்ன மாதிரி அப்பனாத்தா சேத்து வச்ச சொத்துக்கு நாக்கத் தொங்கப் போட்டுக்குட்டு நாயி மாதிரி அலையல. காலுல நகம் மொளச்ச காலத்துல இருந்து காகாக் குருவி சுள்ளி பொறுக்கிக் கூடு கட்டன மாதிரி வம்பாடு பட்டு சொத்துச் சேத்து வச்சேன். கூடப் பொறந்த பொம்புளப் பிள்ளைகளுக்கு ஒன்னும் குடுக்கக் கூடாது. எல்லாத்தையும் அள்ளி உன் வாயிலயே போட்டுக்கனு

முன்னு நெனக்கிறியே! நீ எல்லாம் ஒரு ஆம்பளையாடா? பொட்ட வேசாம் மொவனே!

இப்போ எசக்கிக்கு மொகம் கருத்துப் போச்சு, பேச்சுல தொனி மாறிப் போச்சு. விரும்புன வெளையாட்டு சமான, நின்ட நெலக்கி வாங்கித்தான்னு வீம்பு புடிக்குமா இல்லையா சின்னப் பிள்ளைக, அந்த மாதிரி ஆனா அதுலயே முத்துன வீட்டுமையில பேசுறான் எசக்கி.

இங்க பாருங்க பெரிய மனுசனுகளா! அந்த ஆள அளவா பேசச் சொல்லுங்க. அர்த்தந் தெரிஞ்சு பேசச் சொல்லுங்க. மல்லாக்கப் படுத்துக்குட்டு எச்சத் துப்புனா நம்ம மூஞ்சிதான் நாறிப் போகு முங்குறத நெனப்புல வச்சிக்கிட்டுப் பேசச் சொல்லுங்க.

பஞ்சாயத்துல உக்காந்திருந்த பெரியாம்பள வெரச்சூப்பி நாயக்க ருக்கு பொசுக்குன்னு கோவம் வத்துடுச்சு. தொண்டையச் செருமி புட்டு கட்டுசெட்டப் பேசுறாரு.

எப்பா... எசக்கி... பஞ்சாயத்துல வந்து பிராது குடுத்தத மட்டுந்தான் பேசணும். எப்புடிப் பேசணுமுன்னு பெரியவுகளுக்குப் பாட மெல்லாம் எடுக்கக் கூடாது. ரெண்டொரு வார்த்த கூடக் கொறையப் போச்சுன்னா அதையே புடிச்சுத் தொங்கிக்கிட்டு இருப்பியா? வீடு, நெலத்துக்கு பஞ்சாயத்துப் பண்ண வந்தோமா? இல்ல, கெட்ட வார்த்த யாரு பேசுனான்னு பஞ்சாயத்துப் பண்ண வந்தோமா? வந்த சேதிய மட்டும் பேசப்பா. நாங்கல்லாம் சும்மா வேலையத்துப் போயி வெரல் சூப்பிகிட்டு உக்காந்திருக்கோமா?

செலரு பேசும்போது உன்னிப்பாக் கேட்டுப் பாத்தாத் தெரியும். எதாவது ஒரு வார்த்தைய திரும்பத் திரும்ப சொல்லிகிட்டே இருப்பாக. செலரு ஒவ்வொரு வாக்கியம் முடியவும் 'வந்து, வந்து'ம்பான். 'அது வந்து, அப்போ வந்து, அதுல வந்து.' ஆத்தாடி... பத்து நிமிசம் அவன் பேசுறதக் கேட்டுக்குட்டு இருந்தா நமக்கு அந்து போகும் அந்து. இதத்தான் 'ஊத்தப் பதம்' அப்புடின்னு சொல்லுறது. ஒத்தச் சொல்லையேப் போட்டு உருட்டித் தேய்க்கிம் போது அந்த சொல்லையே எடுத்து அவுகளுக்குப் பட்டப் பேரா வச்சிடுவாக.

அப்பிடி வச்ச பேருதான். ‘வெரச்சூப்பி நாயக்கரு’ங்குற பேரும். ஆனா அவருக்கு தாய் தகப்பன் வச்ச பேரு ரொம்ப அழகான, அம்சமான பேரு. அதச் சொல்லுவாக ஊருக்குள்ள. ஆனா அதெல்லாம் யாருக்கு நெனப்புல நின்னுச்சு?

சுத்தி வளைக்காம விசியத்துக்கு வந்துட்டான் எசக்கி. நான் சொல்லுறது முக்காலும் சத்தியம். அந்த வில்லாயுதமுடைய ஐயனார் மேல ஆண. பதினெட்டு, இருவது வருசத்துக்கு முன்னாடியே சிங்கப்பூருல சொந்தமா ஹோட்டல் வச்சி நடுத்துனேன். ஒரு மாசத்துக்கு மூணுநாலு மொற பணமனுப்புவேன். பெத்த தகப்பன் ஏமாத்த மாட்டாருன்னு முழுசா நம்புனேன். என்னோட ஆறுவருச ஒழப்பு அப்போதைய மதிப்புக்கு எழுபது, எழுபத்தஞ்சு லட்சமாவது இருக்கும். அந்தக் காசுலதான் பொம்புள புள்ளைகளுக்கு நல்லது கெட்டது, ஆத்தா அப்பனுக்கு மருத்துவம், இவரு எடுத்து நடத்துற இறால் பண்ணை ஏலமுன்னு எம்புட்டோ கத நடந்திருக்கு.

எங்கூடப் பொறந்த ரெண்டு பொம்பளப் புள்ளைகளும் இவருக்குச் சம்பாதிச்சுக் குடுக்கல. இவரோட கடைசி மகன் படிச்சிப்புட்டு இப்பத்தான் இருபதாயிரம் சம்பளம் வாங்குறான். அவன் சம்பாதிச்சு ஒரு ரூவாயாவது இவருக்குன்னு குடுத்திருக்கானான்னு இவருட்டையே கேளுங்க. நாங் கட்டுன அந்த வீட்டோட ஒவ்வொரு செங்கல்லையும் என்னோட வேர்வையும் ரெத்தமும் கலந்திருக்கு. பெத்த தகப்பனுக்குப் பெருமையா இருக்கட்டு மேன்னுதான் வீட்டக் கட்டி அவரு பேருலயே பத்தரமும் போட்டு அந்தாளு கையில குடுத்தேன். இப்போ வெறும் கையோட நிக்கிறேன்.

எம்பொண்ணுக்கு சடங்கு, கல்யாணமுன்னு நடத்தும் போது, அத என்னோட சொந்த வீட்டுல வச்சித்தான் நடத்தணுமுன்னு ஆசைப் பட்டேன். என்னோட ஆசையெல்லாம் நிராசையா ஆக்கிற வேணா முன்னு பெரியவுங்க நீங்கதான் அவரு கிட்ட எடுத்துச் சொல்லணும். இந்த வீட்ட மட்டும் எம்பேருல எழுதிக் குடுத்துறச் சொல்லுங்க. நான் வேறொன்னும் கேக்கல. பெரியவுக பேசி ஒரு நல்ல முடிவு சொல்லுங்க. மத்தபடி பஞ்சாயத்துக்கு நான் பாத்தியப்படுறேன்.

பஞ்சாயத்துல உக்காந்திருந்த பெருசுக, அவுகவுக இருதயத்த இரும்பு முக்காலி போட்டு இருத்தித்தான் வச்சிருத்தாக. எசக்கி பேசுன போச்சுக்கு இரும்பே எளகிப் போகும். இருதயம் என்ன ஆகும்? முழுங்கவும் முடியாம கக்கவும் முடியாம திருதிருன்னு முழிக்கிதுக பஞ்சாயத்துப் பெருசுக.

மனுசனாப் பொறந்த ஒவ்வொருத்தனுக்கும் அவனவனுக்குன்னு ஒரு நியாயம் இருக்குதா இல்லையா? எல்லாருக்கும் ஒன்னு மட்டுமே நியாயமாப் பட்டுச்சுன்னா, மனத்தாபம் எதுக்கு? வாய்த் தகராறு எதுக்கு? வம்பு சண்ட எதுக்கு? பஞ்சாயத்து எதுக்கு? கோட்டு கேசு எதுக்கு?

பொக்கனி பொசுக்குன்னு எந்திரிச்சாரு. அவரோட தாடி, மீச, தலமுடி மாதிரியே வெள்ள வெள்ளேருன்னு கட்டி இருந்த வேட்டிய மடிச்சுக் கட்டுனாரு. ஒரத்த உறுதியான கொரல்ல வெடிச்சுப் பேசுறாரு.

இந்த ஊருக்குள்ள என்னப் பத்தியும் நாம் பொழச்சப் பொழப்பப் பத்தியும் எல்லாருக்கும் தெரியும். நான் மத்தவுகளுக்குப் பாட மெடுக்க அவசியமில்ல.

நான் என்னட்ட இருக்குறதக் குடுத்திருக்குறேன். என்னட்ட இல்லாட்டா எங்கயாவது கடம்பட்டாவது குடுத்திருக்குறேன். அடுத்தவன் காசுக்கு நான் ஒருக்காலும் ஆசப்பட்டதில்ல. இப்புடித் தான் இன்னக்கி வர வாழ்ந்துக்குட்டு இருக்குறேன். இது என்னத் தெரிஞ்ச எல்லாருக்கும் தெரியும். ஊருக்கே பஞ்சாயத்து பண்ணி வச்ச நான் இன்னிக்கு எல்லாரு முன்னாலையும் தல குனிஞ்சி நிக்கிறேன். பையனப் பெத்தேன்னு நெனச்சேன் ஆனா அது பாம்பா வந்து பொறந்து இப்போ படமெடுத்து ஆடுது. இருக்கட்டும் அது என்னோட விதி. அதுக்கும் பஞ்சாயத்துக்கும் சம்பந்தம் இல்லை.

இப்பச் சொல்லுறேன் தெளிவாக் கேட்டுக்குங்க. நெலம் எனக்கு உரிமையா இருக்கும்போது அதுமேல உள்ள கட்டுமானம் மட்டும் வேற ஆளுக்கு எப்புடி உரிமையாகும். வீடு கட்ட அவனும் பணம் குடுத்திருக்குறான். நான் இல்லன்னு மறுக்கல. அது பெத்தவுகளுக்குச்

செய்யுற கைமாறுன்னுதான் நான் நெனச்சேன். ஆனா அது மொத்தமா தனக்குன்னு ஆக்குற தந்திரமுன்னு நான் நெனைக்கல.

பஞ்சாயத்துக்குக் கட்டுப்பட்டு உண்மையா உறுதியா சொல்லு றேன். எம்பேருல இருக்குற நெலபொலம், வீடு எல்லாம் நாம் பெத்த நாலு புள்ளைகளுக்கும் சமமாத்தான் குடுப்பேன். அதுவும் என்னோட காலத்துக்குப் பெறகுதான். வாழும்போதே சொத்த எல்லாம் பிரிச்சிக் குடுத்துட்டு காலம் போன காலத்துல சோத்துக்கு தெருவுல நின்னு சிங்கி அடிச்ச கதையெல்லாம் நம்ம ஊருலயே நடந்து நாம் பாத்திருக்கேன். அந்த நெலம எனக்கும் எம் பொண் டாட்டிக்கும் வேணாம். எனக்கு உறுத்தான மனுசங்களுக்கு என் கையால நாலு காசு குடுத்து ஒதவுற காலம் வரைக்கிம் தான் நான் திங்கிறது சோறு. இல்லாட்டா அது நரகலு. இப்போ அவனுக்கு அந்த வீடுதான் வேணுமுன்னா, எனக்கு அறுபது லட்சம் கடன் இருக்கு அத அடக்கச் சொல்லுங்க. பெறகு வீட்ட எழுதி வக்கிறேன்.

மடமடன்னு பேசுன பொக்கனி துண்ட ஒதறித் தோளுல போட்டுக் குட்டு திரும்பிப் பாக்காமா நடந்துட்டாரு வீட்டப் பாத்து. பஞ்சாயத்துல உக்காந்திருந்த யாருக்கும் மூச்சு பேச்சக் காணோம். பொக்கனி பஞ்சாயத்த மதிக்காமப் போனது அவுக யாருக்கும் தப்பாக் கூடத் தெரியல.

பொக்கனி மாதிரி ஒரு நல்ல மனுசன ஒலகத்துல பாக்க முடியாது. ஊருக்குள்ள மனிதாபிமானமுள்ள பத்து பேரு பேர எழுதி குலுக்கிப் போட்டு ஓர் ஆளத் தேர்ந்தெடுக்கனுமுன்னு வச்சுக்குங்க. அந்தப் பத்து சீட்டுலையும் பொக்கனி பேர மட்டும்தான் எழுதிப் போடணும். இதக்காட்டிலும் அவரப் பத்திச் சுருக்கமா சொல்ல முடியாது பாத்துக்குங்க.

வாரத்துல ரெண்டு நாலு வில்லாயுதமுடைய ஐயனாருக்குப் பொங்கல் வச்சு பூச பண்ணுவாரு. எல்லாத்தையும் முடிச்சிட்டு வீட்டுக்குப் போற பாதையில யாரு தெம்பட்டாலும் வீட்டுக்கு கூட்டிக்கிட்டுப் போயி சோறு போட்டுத்தான் அனுப்புவாரு. அவுக வீட்டுக்காரம்மாவும் மொகங் கோணாம ஆக்கிப் போடும்.

என்னத்தச் சொல்லுறது? சினிமாவுக்கு போறதுக ஆடியசஞ்சு, பொறுமையா, ஒன்னும் ரெண்டுமாத்தாம் போகுதுக. படம் முடிஞ்சுட்டா, இருந்து பையப் போவோம்முன்னு போகுதுகளா? போகாதுக. எல்லாரும் ஒட்டுமொத்தமா அமளி துமளியில வெளிய பாயுங்க பாத்திருக்கியளா? அது மாதிரிதான், மனுசனுக்கு சொத்து பத்தும் புகழும் கொஞ்சம் கொஞ்சமாத்தான் சேருது. ஒரு கெட்ட நேரம் வந்துடுச்சுன்னு வச்சுக்குங்க ஒட்டு மொத்தமும் பொசுக்குன்னு போறேன்னு கூடச் சொல்லாமக் கொள்ளாமப் போயிடுது. அந்த மாதிரி நெலம பொக்கனிக்கு வந்துடக் கூடாதுன்னு நெனச்சாக பஞ்சாயத்துப் பேசுன பெருசுக. அதுனால இதுக்கு மேல பொக்கனி வீட்டு வெவகாரத்த பஞ்சாயத்துக்குக் கொண்டு வர வேணாம். உங்க குடும்பத்துல உள்ள பெரியவுகள வச்சு வீட்டோட பேசி முடிசுக்குங்கன்னு எசக்கி கிட்டச் சொல்லிட்டு கலைஞ்சு போச்சு பஞ்சாயத்து.

என்னா பண்ணலாம் ஏது பண்ணலாமுன்னு எசக்கி மூளைக்குள்ள புழு கொடையுது. முக்குறான் மோனங்குறான் ரெண்டுநாளா மூஞ்சு செத்துப் போயித் திரியுறான். மூனான் நாலு அவன் மூளைக்குள்ள ஒரு முட்ட பல்பு எரியுது. அவன் பெரியம்மா மகன் முத்துநாகு மெத்தப் படிச்சவன். படிச்சவனெல்லாம் அறிவாளியா இருக்குறதில்ல ஆனா அவன் அறிவாளியும் கூட. ஒருத்தன ஊருல உள்ளவுக மதிக்கிறதெல்லாம் பெரிய மதிப்பு இல்ல. அவன, அவன் குடும்பத்துல உள்ளவுக மொதல்ல மதிக்கணும். அது தான் உண்மையான மதிப்பு, மரியாத. முத்துநாகு வக்கீலு மாதிரி பேசுவான் ஆனா உள்ளத உள்ளபடி உண்மையத்தான் பேசுவான். இப்போ அவனக் கூட்டியாந்து வீட்டுல வச்சுப் பேசுனா சரியா இருக்குமுன்னு நெனச்சான் எசக்கி. அந்த முடிவுல ஒரே ஒரு தயக்கம் மட்டுந்தான் இருந்துச்சு அவனுக்கு.

ரெண்டு மாசத்துக்கு முன்னாடிதான் முத்துநாகு பொண்டாட்டி அவன வேணாமுன்னு சொல்லி பஞ்சாயத்தக் கூட்டி தாலிய மூஞ்சில விட்டெறிஞ்சு, வாங்குறத வாங்கிக்குட்டு கணக்க முடிச்சுக் கிட்டா. அதுக்கு ஒரு காரணம் சொன்னா பாருங்க முத்துநாகு

பொண்டாட்டி. அதத்தான் குடும்பத்துல உள்ளவுகளாளையும் ஊர்க்காரகளாளையும் சீரணிக்க முடியல. முத்துநாகுக்கு இப்போ வயசு அம்பது இருக்கும். மூத்த மகன் வக்கீலுக்குப் படிச்சு முடிச்சுப்புட்டு இப்போ வேலைக்கிப் போறான். ரெண்டாவது மக சமஞ்ச பொண்ணு. இப்போ மேப் படிப்பு படிக்கிறா. மூணாவது பய பத்தோ பதினொன்னோ படிக்கிறான். கதை இப்புடி இருக்க, இவன் ஒரு சின்ன வயசுப் பொண்ண வச்சிக்கிட்டானாம். இத யாரும் நம்பல. ஆனா பஞ்சாயத்துல நான் ஒருத்தியக் காதலிக்கிறது உண்மை தான்னு முத்துநாகு ஒத்துக்குட்டான்.

நான் சந்தனம் தேச்சு பன்னீருல குளிக்கிறவ. இந்த சாக்கடையில பொறண்ட பன்னியோட என்னால குடுத்தனம் பண்ண முடியா துன்னு மூஞ்சுல முள்ளக் கொண்டு சாத்துன மாதிரி சொல்லிப்புட்டா அவம் பொண்டாட்டி. பெத்த புள்ளைகளுக்கு கல்யாண வயசு ஆச்சு. மூட்டு செத்த முக்காக் கெழவன், ஒனக்கு காதல் வந்துடுச்சோ காதலுன்னு காறித் துப்பி கைகலப்பும் ஆகிப்போச்சு பஞ்சாயத்துல. இந்த நெலமையில நம்ம குடும்பத்துப் பஞ்சாயத்தப் பேச முத்து நாகுவக் கூப்புடுறது சரியா இருக்குமான்னு யோசிச்சான் எசக்கி.

'பெரும பித்தக் கலயம். குடிக்கிறது ஓட்டக் கலயமுன்னு' இருக்குது அவன் பொழப்பு. பொண்டாட்டிய வச்சு வாழ வக்கத்துப் போனவனக் கூட்டியாந்தியாடா பஞ்சயத்துக்குன்னு நம்ம அப்பனே நம்ம மூஞ்சில காறித் துப்ப மாட்டானா? இப்புடி பல வகையா எண்ணம் ஓடுது எசக்கிக்கு. சொந்த பந்தம்முன்னு இருக்குற அம்புட்டு சனங்கள்ளையும் ரொம்பப் படிச்சது முத்துநாகு தான். அதுனாலயே பொக்கனிக்கு அவன் மேல பெரிய மதிப்பு உண்டு. இது எல்லாருக்கும் தெரியும். ஆனா மட்டும் யோசிச்சு அஞ்சானாளு ஒரு முடிவுக்கு வந்துட்டான் எசக்கி. நாளைக்கே முத்துநாகுவ நம்ம வீட்டுக்கு வரவச்சு, நாலஞ்சு நாளு விருந்து வச்சு, மெதுவா அப்பங் கிட்டப் பேச வச்சு, வீட்டு வெவகாரத்துக்கு ஒரு முடிவு பண்ணிடலாமுன்னு ஒரு கணக்குப் போட்டான். அதுக் குண்டான எற்பாட்டையும் பண்ணுனான். இதுல ஒரு கூத்தக் கேட்டியளா? எசக்கி ஒம்போதாவது வரதான் படிச்சான். ஆனா

அதுலயும் அவன் பாஸ் ஆகல. கணக்குலதான் அவன் பெயிலாப் போனான். இப்போ அவன் போட்ட கணக்கு என்ன ஆகுமுன்னு தெரியல.

முன்னாடி ஒருநா எசக்கியப் பாக்க அவன் சின்னம்மா மகன் வந்திருந்தான். அவம் பேரு கொற்றவன். வத்சலா கொற்றவனுக்கும் மாமன் பொண்ணுதான். ஆத்தாடி! அவனுக்குன்னு ஒரு வாய வச்சுப் படைச்சிருக்கான் பாருங்க அந்த ஆண்டவன்.

ஒரு தெரிஞ்சவுக, சொந்த பந்தத்தப் பாத்தா நம்ம என்ன பேசு வோம்? நல்லா இருக்கியளா? உடம்பு நல்லா இருக்கா? சாப்புட்டி யளா? இப்புடி கேப்போமா இல்லையா? ஆனா அவன், எதுக்கு யாரப் பாக்க வந்தானோ அதத்தான், ஆளப் பாத்ததும் நேரப் பேசுவான். எதுக்க உள்ளவுக 'நல்லா இருக்கியா'ன்னு கேட்டா 'நான் நல்லத்தான் இருக்கேன்'ன்னு சொல்லிப்புட்டு நேர விசயத்துக்கு வந்துடுவான். 'இந்த நலம் விசாரிக்கிறது எல்லாம் வெறும் வார்த்த நாடகம்'ன்னு நேரடியாவே சொல்லிப்புடுவான். நீ நல்லா இருக்குற. அதுனாலதானே என்னோட நின்னு பேசுறே. ஒனக்கு சொக மில்லன்னா ஆசுபத்திரியில இருப்பே. அங்க நீ இருக்கும் போது நான் வந்து கேட்டுறேன் நல்லா இருக்கியா? இப்போ தேவலியா?ன்னு. இப்புடி பதில் சொல்லுவான். கூறுவாரு உள்ள பயதான். இருந் தாலும் கொஞ்சம் குதர்க்கமான பய.

எசக்கி கட்டுன புது வீட்டைச் சுத்திப் பாத்துப்புட்டு நல்லா இருக்குன்னு சொன்னவன் எசக்கியப் பாத்து ஒரு கேள்வி கேட்டான்.

எசக்கி அண்ணே! ஒனக்கு எதுக்கு நாலு புள்ள. இந்த காலத்துல ஒன்னு ரெண்ட வளக்குறதே எவ்வளவு செரமமா இருக்கு? ஆம்புளையாளுக வேல வெட்டிக்கி வெளிய போயிருவோம். பொம்பளைகளால எவ்வளவு நேரந்தான் பிள்ளைகள மேய்க்க முடியும். அவுகளுக்கும் ஒரு காச்சல் நோவுன்னு வந்துட்டா பிள்ளை களப் பாத்துக்குறது எவ்வளவு கஷ்டம். பிள்ளைக அங்குட்டும் இங்குட்டும் சீரழியும். இந்தக் காலத்துல பிள்ளைகள பாதுகாப்பா வளக்க வேண்டிய கடமை இருக்கு. அது நமக்காக, நம்ம

குடும்பத்துக்காக. அத விட ஒழுக்கமா வளக்க வேண்டிய பொறுப்பு இருக்கு. அது நம்மள சுத்தி இருக்குற இந்த சமூகத்தோட நல்லதுக் காக. நீ பெரியம்மா பெரியப்பாவோட சேந்து கூட்டுக் குடும்பமா இருந்தா நாளைக்கு ஒரு நல்லது கெட்டதுக்கு அவுங்க தொணையா இருப்பாங்க. ஆனா நீங்க ரெண்டு பேரும் தனிக்குடுத்தனமா இருக் குறீங்க. அதனாலதான் சொல்லுறேன். இனிமேலயும் பிள்ளைப் பெத்துக்கணுமுன்னு ஒரு ஆசை இருந்தா வீட்டுக்குப் பின்னால இருக்குற கொல்லையில ஒரு குழியத் தோண்டி அந்த ஆசைய அதுல போட்டுப் பொதச்சிரு.

கொற்றவன் பேசியதை கேட்ட எசக்கி வாய்விட்டச் சிரித்தான். அவன் தோளில் கைபோட்டுக்கொண்டு பேசத் துவங்கினான்.

தம்பி ! வீட்டச் சுத்திப் பாத்தியா?

ம்ம்ம்... பாத்துட்டேன்.

எப்புடி இருக்கு?

நல்லா இருக்கு?

அதக் கேக்கல. பெருசா இருக்கா? சிறுசா இருக்கா?

பெரிய வீடுதான்.

இவ்வளவு பெரிய வீட்டுல ரெண்டு மூணு பேரு இருந்தா வனாந்தர மாத் தெரியாதா? அந்தப் பக்கம் ரெண்டு பிள்ள, இந்தப் பக்கம் ரெண்டு பிள்ளன்னு ஓடியாடி வெளையாண்டாத் தான வீடு வீடாத் தெரியும். நானே, ரெட்டப் படையில பிள்ளைக இருக்கக் கூடாது. இன்னும் ஒன்னப் பெத்து ஒத்தப் படையா ஆக்கிடலாமுன்னு நெனச்சிகிட்டு இருக்குறேன். நீ என்னடான்னா இப்புடி பேசுறே.

அட ஐயனாரப்பா! அப்புடியா சங்கதி?

அது சரி. இன்னொரு வீடு கட்டணுமுன்னு ஏதும் ஆசை இருக்கா?

கேள்வியக் கேட்டுப்புட்டு உள்நாக்குத் தெரிய வாயத் தெறந்து சிரிச்சுட்டுப் போனான் கொற்றவன். இன்னிக்கி, இந்த ஒத்த வீட்டுக்கே இழுபறியா இருக்குதேன்னு மனசுக்குள்ள அசை

போடுறான் எசக்கி.

மறுநாள் வெள்ளிக்கிழமை. தனது மூன்று பிள்ளைகளையும் பள்ளிக் கூடத்துக்கு ஆட்டோவில் ஏற்றிவிட்டு, கணவனுக்கு சாப்பாடு கொடுத்து வேலைக்கு அனுப்பி விட்டு, தனது நான்காவது குழந்தைக்கு உணவு கொடுத்துத் தூங்க வைத்துவிட்டு, துணிகளைத் துவைத்துக் காயப் போட்டுவிட்டு, வீடு பெருக்கி, பாத்திரபண்டம் கழுவி, செடிகளுக்குத் தண்ணீர் ஊற்றி விட்டு, கழிவறைத் தூய்மை செய்து, வீட்டை டெட்டால் போட்டுத் துடைத்துவிட்டு குறுக்கைப் பிடித்தபடி நாற்காலியில் வந்து அவள் அமரும் போது மணி நண்பகல் பன்னிரண்டு.

மின்விசிறியைப் போடாமல் அமர்ந்தவள், எழுந்து அந்த பொத்தானை அழுத்த அலுப்புப்பட்டவளாய் முந்தானையில் முகம் துடைத்துக் கொண்டாள். பொதுவாக பெண்கள் யார் யாருக் காகவோ இழுத்துப் போட்டுக்கொண்டு வேலை செய்வார்கள். ஆனால் தனக்கான வேலை என்று வரும் போது ஒரு சோம் பேறித்தனம் வந்து விடுகிறது. அதனால்தான் நாற்பதைத் தொடுவ தற்கு முன்பாகவே பல பெண்கள் நோயாளிகள் ஆகிவிடுகிறார்கள்.

(குறிப்பு : தனக்கான ஆடை, அலங்காரம், ஒப்பனை என்று வரும் போது பெண்களுக்கு சோம்பேறித்தனம் வருவதில்லை.)

வத்சலா ஒன்னும் நாப்பது நாப்பத்தஞ்சு வயசுப் பொம்பள இல்ல. முப்பத்தோரு வயசுதான் இருக்கும். என்னத்தச் சொல்ல அதுக் குள்ளே நாலு புள்ளப் பெத்து நகண்டு போனா நகண்டு.

கல்யாணமுன்னு ஒன்னு பண்ணிட்டா அடுத்துப் புள்ளன்னு ஒன்னு பெத்து ஆகணும்குறது ஒரு கட்டாயக் கடனா ஆக்கி வச்சிருக்கா இல்லையா இந்த சமுகம். அதுக்காக மொதப் புள்ள. ஒன்னுக்கு ஒன்னு தொணையா இருக்கட்டுமேன்னு ரெண்டாவது புள்ள. ஆனது ஆச்சு கலைச்சிட வேணாமேன்னு மூணாவது புள்ள. ரெண்டு பையன். ஒரு பொண்ணுன்னு ஆகிப்போச்சு. பையனுக்குத் தொணையா ஒரு பையன் இருக்கான். பொண்ணுக்குத் தொணையா ஒரு பொண்ணு இருந்தா நல்லா இருக்குமுன்னு நாலாவது புள்ள.

புதுச்சீலைய வாங்கி பீரோவுல அடுக்குன மாதிரி புள்ளைகளப் பெத்து அடுக்கிப் புட்டா அடுக்கி.

பாவம் நாலாவது புள்ள பெறக்கும் போது அவ பொழைக்கெ மாட்டான்னுதான் எல்லாரும் நெனச்சாக. எப்புடியோ அந்த வில்லாயுதமுடைய ஐயனாருதான் காப்பாத்தி, தாயையும் பிள்ளை யையும் ஒன்னு சேத்தாரு. சதுரத்தப் போட்டுச் சம்பட்டியா வேல செஞ்சவ இப்ப சதுரமெல்லாம் நோய வாங்கிக்குட்டு சருகாக் கெடக்குறா. சக்கர, ரத்தக் கொதிப்பு, தைராய்டுன்னு பல நோயும் குடிகொண்டுருச்சு அவ ஒடம்புல. இதோடத்தான் நாலு புள்ளைகள வச்சுகுட்டுப் போராடுறா.

நாக்காலியில உக்காந்தா உக்கார முடியல. மெத்தயில போயி படுத்துப் பாத்தா படுக்கவும் முடியல. உடம்பெல்லாம் வலி. ஆளும் பேருமா சேந்து அடிச்சுப் போட்ட மாதிரி ஒரு வலி. இனி மேக் கொண்டு ஒனக்கு நான் ஒதவ மாட்டேன்னு மறுத்து நிக்கிது குறுக்கு.

வேற ஒரு பொம்பளையா இருந்தா ஒடம்பு வலிக்குன்னு உள்ள ஒரு மாத்தரையப் போட்டுப்புட்டு கொஞ்ச நேரம் படுத்து எந்திரிப்பா. இவளுக்கு அதுவும் முடியாது. ஏற்கனவே ஒடம்பெல்லாம் நோயி. ஒரு வேளைக்கு மட்டும் 10 மாத்தர போடுவா. அந்தக் கருமம் புடிச்ச மாத்தரைக ஒவ்வொன்னும் ஒரு நெறம். அம்மா நமக்குத் தெரியாம கலர் கலரா ஜெம்சு முட்டாயி திங்குதுன்னு, மாத்தரையப் புடுங்க ஈசல் பட வந்து மொக்கிற மாதிரி ஆத்தாள மொக்கிதுக பெத்த பிள்ளைக. இது இந்த லட்சணத்துல இருக்க, குறுக்கு வலிக்குன்னு ஒரு மாத்தரையப் போட்டு, அதுனால ஒரு நோய் வந்து, அதுக்கும் ஒரு பண்டுதம் பாத்து, அதுக்கும் ரெண்டு மாத்தரையப் போட்டா... விண்டு விரிஞ்சு போகும் அவ பொழைக்கிற பொழப்பு.

'சரி... மருந்துச்சோறு செஞ்சு திம்போம். இந்தக் குறுக்கு வலிக்கு அதுதான் சரியான மருந்து'ன்னு நெனச்சுக்கிட்டு கையி ரெண்டை யும் குறுக்குல அண்டக் குடுத்தமேனிக்கு பைய எந்திரிச்சு அடுப்படிக்குப் போறா.

மாராயக் கொக்கு மரம் வெட்டப் போச்சாம்!
கோர தட்டி விட்டு கொடல் அந்து போச்சாம்!

அப்புடின்னு ஒரு சொலவடைய தனக்குத் தானே சொல்லிக்கிட்டா. ஏஞ் சொன்னா? எதுக்குச் சொன்னா? எதோட எதப் பொருத்திப் பாத்து சொன்னான்னு யாருக்கும் தெரியாது. ஒரு ரகசியம் சொல்லணுமுன்னா அது அவளுக்கே தெரியாது. யாராவது ஏதாவது சொல்லி, அத அவ காதுல வாங்குனான்னா இப்புடித்தான் தனியா இருக்கும் போது அதச் சொல்லிச் சொல்லிப் பாக்குறது அவளுக்குப் பழக்கம் அதுதான் அவளோட வழக்கம்.

மருந்துச்சோறு செய்யிறது ஒன்னும் அவுரியமான வித்த இல்ல. இருந்தாலும் அதுக்கு ஒரு மன ஓர்ம இருக்கணும். நாம திங்கிற எல்லா ஒணவுமே மருந்துதான். ஏன்னா பசிங்குறதும் மனுசனுக்கு ஒரு நோயா இல்லையா! அத அப்போதக்கித் தீக்குதா இல்லையா! நாம திங்கிற ஒணவு. அதுனால ஒணவுங்குறதும் மனுசனுக்கு மருந்து தான். ஆனாலும் மருந்துச் சோறுங்குறது பசிய மட்டும் போக்காது. வலியையும் போக்கும்.

அடுப்புல மண்சட்டிய வச்சு, ஒர் ஆளுக்கானதா இருந்தாலும் நெறைய நல்லெண்ண விட்டு, காக்கிலோவுக்கு நெருக்கமா சின்ன வெங்காயத்த வெட்டிப் போட்டு மையா வதக்கி, மூணு நாட்டுக் கோழி முட்டைய ஒடச்சு ஊத்தி, கொஞ்சமா உப்புப் போட்டுக் கிண்டி விடணும். அதுக்குப் பெறகுதான் இருக்குது மருந்துச் சேர்மானம்.

சாலியா சாலியான்னு ஒரு பொருளு இருக்கும். சீரகம் சிறுத்துப் போன மாதிரி செந்நெறமா இருக்கும். அதுல ரெண்டு பங்கு எடுத்துக் கணும். அடுத்து சதகுப்பைன்னு ஒரு மருந்துச் சாமான் இருக்கும். பொதுவா சாலியாவும் சதகுப்பையும் நாட்டு மருந்துக் கடையில மட்டுந்தான் கெடக்கும். சீரகத்த சுத்தியக் கொண்டு அடிச்சுச் சப்பட்டையாக்கிவிட்டா எப்புடி இருக்கும்? அப்புடித்தான் இருக்கும் சதகுப்ப. அது பேருக்கு ஏத்த மாதிரி கொஞ்சம் குப்பை யாத்தான் இருக்கும். அதக் கொஞ்சம் போடச்சு ஒரு பங்கு எடுத்துக் கணும். சதகுப்பைகீன்னு ஒரு மனமிருக்கே... கொஞ்சத்த எடுத்து

சட்டையில தேச்சுக்கலாமான்னு தோணும் செலருக்கு. அந்த மணம் எல்லாருக்கும் புடிக்குமுன்னு உறுதி சொல்ல முடியாது. மருந்துச் சோறுக்கு மணம் குடுக்குறதே இந்த சதகுப்ப மட்டுந்தான். அடுத்ததா கசகசா. ரவைக்கு அண்ணன் மாதிரி ஒரு அமைப்புல இருக்கும். அதுல ஒரு பங்கு எடுத்துக்கணும்.

இந்த மூனையும் வறுக்காம, தண்ணி சேக்காம பொடியா அரச்சு வச்சிக்கிட்டு, தேங்காயில அரை மூடியத் துருவி, அரச்சு, அதுல உள்ள தலப் பால மட்டும் எடுத்து, எடுத்த பாலுல அரச்சு வச்ச மருந்த ரெண்டு கரண்டு மட்டும் சேத்து, அடுப்புல இருக்குற வெங்காயம் முட்டைக்கி மேல ஊத்திக் கிண்டி விட்டு கொஞ்ச நேரம் மூடி வக்கெணும். தேங்காப்பாலும் வெங்காய ஈரமும் வத்தி, எண்ணெய் மேல பிரிஞ்சு நிக்கிம் பாருங்க அப்போ ரெண்டு கரண்டி சோத்தப் போட்டுக் கிண்டிவிட்டு எறக்கிறணும்.

பொதுவா அந்த ஊருப் பக்கமெல்லாம் சோத்துல உப்பு போட்டுத் தான் வடிக்கிறது வழக்கம். ஓடியாடி ஒழைக்கிற சனங்களுக்கு அதுதான் பழக்கம். வெயில் படாம தொந்தி வளக்குற கூட்டந்தான், சாதம் சாப்பிடும் போதாவது கொஞ்சம் வேல பாப்பமேன்னு, உப்பத் தனியா வச்சிக்கிட்டு சாதத்து மேல தூவித் தூவித் தின்னும்.

எறக்கி வச்ச சோத்த தட்டுல போட்டுக்குட்டு, எண்ணெச் சொட்டச் சொட்ட அவதி அவதியா அள்ளி முழுங்குறா வத்சலா. சுருக்குன்னு இருக்கட்டுமேன்னு எலுமிச்ச ஊறுகாயையும் எடக்கி எட நக்கிக்குடுறா. தின்னு முடிச்சவ தட்டப் பெறகு கழுவிக்கிடலா முன்னு, கையமட்டும் சவுக்காரத்தப் போட்டு கழுவிப்புட்டு, ஏப்பம் வாரதுக்குள்ள படுக்கையறைக்கிப் போயிட்டா. அங்கினையே வச்சு அரச்சொம்பு வெந்நீயக் குடிச்சிப்புட்டு படுத்தவ நாலுமணிக்கு பள்ளிக்கொடம் போன புள்ளைக வந்து எழுப்பவும்தான் எந்திரிக்கிறா.

மண்ட மசுருக்குள்ள ஈருவலிய விட்டு ஈரு பேன உருவி எடுத்த மாதிரி, ஒடம்புக்குள்ள இருந்த வலிய யாரோ உருவித் தூர எரிஞ்ச மாதிரி இருக்கு அவளுக்கு. பழைய ஒடம்ப விட்டு புது ஒடம்புக்கு கூடு விட்டு கூடு பாஞ்சதாத் தோணுது. வில்லாயுதமுடைய

ஐயனாருக்கு இங்க இருந்தே ஒரு கும்புடு போடுறா. குறுக்கத் தொட்டுப் பாத்து தொட்டுப் பாத்து சிரிச்சு மவுளூறா.

பாவம்... இடுப்ப இருந்த எடத்த விட்டு எடம் மாத்தி வக்கெ ஒருத்தன் வந்து ஏறங்கப் போறான் இன்னும் கொஞ்ச நேரதுலன்னு பாவி பறப்பா மகளுக்கு இப்போதைக்கித் தெரியல.

மால மசங்குற நேரம். இருட்டு, நான் வரப்போறேன் நீ போயிட்டு நாளைக்கி வான்னு சூரியனப் புடிச்சு மேக்கு தெசைக்கித் தள்ளுது. அந்த நேரத்துல வாசல்ல உள்ள இரும்பு கேட்டத் தள்ளிக்கிட்டு மூணு எளந்தாரிப் பயலுக உள்ள வாராங்கே. ரெண்டாவது பயலுக்கு காலுகழுவி விட்டுக்குட்டு இருந்தவ கக்கூச விட்டு ஓடி யாந்து என்னா ஏதுன்னு விசாரிக்கிறா.

விருந்தாளி வாராகளாம். அவுகளுக்கு ஏசி மாட்டுன பெரிய ரூமத்தான் குடுக்கணுமாம். அதுனால அங்க உள்ள கட்டுல கெழட்டி சின்ன ரூமுல போட்டுட்டு ரூமச் சுத்தம் பண்ணிட்டு வரச்சொன் னாக மொதலாளின்னு சொல்லிப்புட்டு விருட்டுன்னு ரூமுக்குள்ள போயி கட்டில கழட்டுரானுக மூணு பேரும்.

முத்துநாகு வரப்போற செய்தி வத்சலாவுக்கு முன்னாடியே தெரியும். இருந்தாலும் திடுதிப்புன்னு இன்னிக்கே வருவான்னு அவ எதிர் பாக்கல. முத்துநாகு கட்டுல்ல படுக்க மாட்டான். அது மாதிரி ஏசி இல்லாமலும் படுக்க மாட்டான். அதுக்குத்தான் இந்த ஏற்பாடு.

'ஒண்ட வந்த பிடாரி ஊர்ப் பிடாரிய வெரட்டுன கதையாப் போச்சே'ன்னு மனசு ஓரத்துல ஒரு நெனப்பு ஓடுனாலும் முத்துநாகு வந்து தன் வீட்டுல தங்குறதுல வத்சலாவுக்கு சந்தோசம்தான். கல்யாணத்துக்கு முன்னாடி வரைக்கிம் வறுமைக்கித்தான் வாக்கப் பட்டிருந்தா வத்சலா. இவளையும் இவ தம்பி தங்கச்சியையும் வளக்க இவ ஆத்தா பட்டுருக்கா பாருங்க ஒரு பாடு. நாய் பட்டப் பாடுன்னு சொன்னாக் கூடப் போதாது. அதெல்லாம் எழுத்தால எழுதிக் கடத்தவும் முடியாது. அவ அம்மாட்ட அர நிமிசம் பேசுனாப் போதும் எப்பேர்ப்பட்ட ஆளுக்கும் ஈரக்கொல கருகிப்போகும். அந்தப் பாடு பட்டுச்சு அந்தக் குடும்பம். அந்த நேரத்துலயெல்லாம்

அவுகளுக்கு கொஞ்சமாவது ஆறுதலா இருந்தது முத்துநாகு குடும்பந் தான். என்னதான் இருந்தாலும் இல்லாதவுகளுக்கு எல போட்டாப் பந்தி வப்பாக? அசிங்கந்தான் அவமானத்தான். எல்லாத்தையும் மென்னு முழுங்கி தண்ணியக் குடிச்சுப்புட்டு, புள்ளைகள வளத்தே ஆகணுமுன்னு வம்பாடு பட்டு வளத்தா அவுக ஆத்தாக்காரி. அவ கதைய எல்லாம் படமா எடுத்தா, அழுது கொளமாப் போகும் ஊரு.

அந்த நெலமையில இருந்தவ இன்னக்கி வீடு வாச, வீடு நெறஞ்ச சம்மானுக, நக நட்டு, நெல பொலமுன்னு நல்லா வசதியா இருக்கு றாளா இல்லையா? அன்னிக்கி ஆதரவு குடுத்தவுக இன்னிக்கி வீடு தேடி விருந்தாளியா வரும் போது அவ நெலமைய நெனச்சு அவளுக்கேப் பெருமையா இருக்குமா? இருக்காதா? அது தான் இப்புடி இருப்புக் கொள்ளாம பவுசு கொண்டாடுறா! பறவச்சுழி புடிச்சவ.

கிராமங்கள்ல வாழுற மக்களுக்கு இயற்கையாவே ஓர் ஒழுக்கம் இருக்கு. அவுக, அவுகளோட வாழ்க்கைய சூரியனோட சம்பந்தப் படுத்திக்கிட்டவுக. காலையில சூரியன் கெழக்கக் கசக்கிக் கண்ண முழிக்கிறத, தன் கண் கொண்டு பாத்துடுவான் ஒவ்வொரு கிராமத் தானும். அவன் சூரியன விட சுறுசுறுப்பானவன். சூரியன் ஓஞ்ச பெறகுதான் அவன் ஓயிவான். நாகரிகமுங்குற பேருல நகரத்துல உள்ள அடுக்குமாடி சமாதிகளுக்குள்ள வாழ்ந்துக்குட்டு, விடிய விடிய படம் பாத்துப்புட்டு, காலப் பத்துமணி வெயிலு குண்டியச் சுடுறவரைக்கும் குப்புறப் படுத்துக் கெடக்குற அநாகரிகமெல்லாம் இந்த மாதிரியான கிராமங்கள்ல இல்ல.

ஆறு மணிக்கெல்லாம் ஆடுமாடுகள தொழுவத்துலயும் கோழி குருமானுகள கூட்டுலையும் போட்டு அடச்சுபுட்டு. எட்டு, ஓம்பது மணிக்குள்ள உள்ளதத் தின்னுப்புட்டு கதவ அடைச்சிக்கிட்டுத் தூங்கிப் போகும் ஊரு. அதுக்குப் பொறவு கடலலைச் சத்தமும் காத்துக்கு எல அசையிற சத்தமும் தெரு நாயிக விடுற ஊளச் சத்தமுந்தான் கேட்டும். கூடுதலாக் கேட்டா, சாவுக்குத் தவம் கெடக்குற கெழடு கட்டைக அனத்துற சத்தமும் தவமிருந்து பெத் தெடுத்த பச்சப் புள்ளைக பாலுக்கு அழுவுற சத்தமும் கேட்டாலும்

கேக்கும்.வெளிய சொல்ல வெக்கப் படுற சேதியக் கூட சுருக்கா முடிச்சுப் புட்டு பொசுக்குன்னு படுத்து தூங்கிடுவாக.

கிராமத்துல பெரியவுக ஒரு தூக்கக் கணக்குச் சொல்லுவாக. நடுச்சாமம் 12 மணிக்குள்ள தூங்குற தூக்கத்த 2 மணி நேரமா கணக்கு வச்சுகனுமாம். இப்புடி சொன்னாப் புரியாது. இப்போ, ராத்திரி 9 மணியில இருந்து 12 மணிவர 3 மணிநேரம் கணக்காகுதா? அத ரெண்டு மடங்கா கணக்குப் பண்ணுனா 6 மணிநேரம் ஆகுது. அதுக்குப் பெறகு தூங்குறது எல்லாம் ஒருமணி நேரக் கணக்குத் தானாம். இப்போ, 9 மணிக்குத் தூங்கி 4 மணிக்கி எந்திரிச்சா 10 மணி நேரம் தூங்குன கணக்காகுதா? இல்லையா? இந்த மாதிரி தூங்கி எந்திரிச்சுப் பழகுனா ஒடம்புல அசதியே இருக்காதாம். நாள் முழுக்க சுறுசுறுப்பா இருக்குமாம்.

இதெல்லாம் அந்த காலத்துல பெரியவுக சொல்லுற சேதிகதான். இப்பவும் பெரியவுக சொல்லத்தான் செய்யிறாக எந்தப் பய கேக்கு றான்? கேக்க மாட்டன். அவந்தான் கெழவன் கெழவிய விட பெரிய படிப்பெல்லாம் படிச்சுட்டாணுல. இந்தா ஒரு வாடகக் காருல வந்து எறங்கிட்டான். பெரிய படிப்பெல்லாம் படிச்சவன்.

மணி இப்போ எட்டு முப்பதத் தொடப் போறோமுன்னு கடிகார முள்ளுக ஒன்னோட ஒன்னு போட்டி போட்டு ஓடுதுக. புள்ளை களுக்குச் சாப்புடக் குடுத்துத் தூங்கப் போட்டுக்குட்டு இருந்த வத்சலா காருச் சத்தம் கேக்கவும் எந்திரிச்சு கதவத் தெறந்து பாக்குறா. மண்ட நெரச்சாலும் மாப்புளத் தோரண மாறாமா வீட்டு வாசலுல வந்து எறங்குறான் முத்துநாகு.

அவன் ஓங்கு தாங்கான ஒசரமெல்லாம் இல்ல. அளவெடுத்து வளத்த மாதிரி ஒரு வளத்தி. நெரமுன்னா நெரம் அப்புடி ஒரு நேரம். ஊருக் குள்ள இருக்குற பாய் மாருக புள்ளைகளெல்லாந் தோத்துப் போகுங்க அப்புடி ஒரு ரோசாப்பூ நேரம். ஒதட்டப் பாத்தீங்கன்னா கிளிச் சொண்டு இருக்குமே கிளிச் சொண்டு அப்புடி ஒரு செவப்பு. கண் பார்வ கொஞ்சம் பழுதான கெழவிக, வாயில ரெத்தம் வார மாதிரி இருக்கேன்னு கேட்டுருக்குக அவன் ஒதட்டப் பாத்து. அப்புடி ஒரு செவப்பு. மூச்சுப் பயிற்சி, யோகாசனம், நடப்

பயிற்சின்னு ஒடம்ப கட்டுக் கோப்பா வச்சிருக்குற ஆளு. ஓநாயி மாதிரி உருவிவிட்ட வயிறு. சினிமா நடிகருக மாதிரி அகண்ட மாரு. உள்ளதச் சொல்லணுமுன்னா ஆம்புளைக்கி ஆம்பள ஆசப் படுற அழகான ஆம்பள அவன். மண்டமுடி, தாடி, மீசை எல்லாம பாதிக்குப் பாதி நேரச்சுப் போயிருக்கு பாருங்க, அதுக்கு மட்டும் கருப்பு மை அடிச்சா இன்னும் ரெண்டு கல்யாணம் பண்ணலாம் அவனுக்கு. இவன் ஒருத்திய வச்சிருந்தாங்குறது பொய்யாத்தான் இருக்கும். எத்துன பேர வச்சிருந்தானோ? கடவுளுக்குத் தான் வெளிச்சம்.

கருப்புக் கலரு பனியனும் வெள்ளச் சாரமும் போட்டு, கார விட்டு எறங்கி வீட்ட அளக்குறான் கண்ணால. ‘வயசானாலும் ஓ அழகும் ஸ்டைலும் இன்னும் ஒன்ன விட்டுப் போகல’ன்னு தலைவரு படத்துல வருமே ஒரு வசனம். அது இவனுக்குத் தான் பொருந்துமுன்னு பிரமிச்சுப் போயி நிக்கிறா வத்சலா.

வீட்டுக்கு வந்தவன எதிர்கொண்டு வரவேத்து, வேண்டிய உபச்சாரம் பண்ணி, சொகம் விசாரிச்சு பழைம பேசிக்கிட்டு இருக்குறா வத்சலா. அதுக்குள்ளே எசக்கியும் வந்து சேந்தான். அவனும் மொகத் தாச்சனைக்கி ரெண்டு வார்த்தயப் பேசிப்புட்டு, ரா சாப்பாட்டுக்கு என்ன வேணுமுன்னு கேக்குறான்.

முத்துநாகுவப் பத்தி எல்லாருக்குந் தெரியும். அவனோட வீடா இருந்தாலும் விருந்துக்குப் போன வீடா இருந்தாலும் அவனுக்கு ஹோட்டல் மாதிரிதான். அங்க, அவன் சொல்லுறதத்தான் செஞ்சு குடுக்கணும். இல்லாட்டா சாப்புட மாட்டான். இந்தப் பழக்கம் அவுக ஆத்தா செல்லங் குடுத்து வெதச்சது. அத அவம் பொட்டாட்டி யும் ஒரம் போட்டு வளத்து விட்டா. தொட்டில் பழக்கம் சுடுகாடு வரைக்கிம் வரும்பாகளே! சொந்தக்கார வீடு வரைக்கும் வராதா? இந்தா வந்துடுச்சுல்ல.

இடியாப்பம் சுட்டு, தேங்காப் பாலும் வாழப் பழமும் வச்சிரு. கூடவே கொஞ்சம் மாசிச் சம்பலும் வச்சிரு போதும். ராத்திரியில கனத்த சாப்பாடு சாப்புடக் கூடாதுன்னு சொல்லிப்புட்டு, சித்தப்பா, சின்னம்மா, தங்கச்சிகளப் பாத்துட்டு வந்துடுறேன்னு எதுத்தாப்புல

இருக்குற எசக்கியோட அப்பன் வீட்டுக்குக் கெளம்பிட்டான் முத்துநாகு. மீமிசல் வரப் போயி பழங்கள் வாங்கிட்டு வாரேன்னு எசக்கியும் கெளம்பிட்டான். ஆம்புளைக வாரதுக்குள்ள சாப்பாட்ட ரெடி பண்ணுவோமுன்னு அடுப்படியப் பாத்துக் கெளம்பிட்டா வத்சலா.

வேலைக்கிப் போயிட்டு வார ஆம்பளைகளுக்கு எதையாவது சமச்சு மூடி வச்சுட்டு, வார நேரத்துல எடுத்துத் தின்னுங்கன்னு சொல்லுற மேனாமினுக்கிப் பழக்கமெல்லாம் கிராமத்துப் பொம் பளைகளுக்கு இல்ல. அல்லும் பகலும் மாடா வேல செஞ்சுப்புட்டு வீடு திரும்புற ஆம்பளக்கி, அவன் விருப்பப்பட்டத தெம்பு தெரமாச் செஞ்சு போடணுமுன்னுதான் நெனப்பாக கிராமத்துப் பொம்பளைக. அதுக்கெல்லாம் சடச்சுக்க மாட்டாக.

இடியாப்பம் சுடுறதுங்குறது உண்மையாவே ஒரு கம்ப சூத்திரந் தான். எல்லாருக்கும் வந்துராது அந்தப் பக்குவம். பல வருசப் பழக்கப்பட்ட பொம்பளையே இரும்புக் கட்டியாக்கிப் புடுவா இடியாப்பத்த.

பச்சரிசிய ரெண்டு மணிநேரம் ஊறப்போட்டு, ஓலப் பெட்டியில அள்ளிப் போட்டு ஒரு சொட்டுத் தண்ணி இல்லாம இறுத்துப்புட்டு, மில்லுல அரச்சு வாங்கியாந்து, வெறகடுப்புக் கூட்டி, பெரிய இரும்புச் சட்டியில அதக்கொட்டி, அகப்பையில அதக் கெளறோ கெளறுன்னு கெளறி விட்டு, கருக விடாம பக்குவமா எடுத்து ஆற விட்டு, சல்லடையால சலிச்சு எடுத்து, அதுல வார பொடி மாவுதான் இடியாப்பம் சுடுறது. இப்புடி இரண்டு மாசத்துக்கு ஒருக்கா பத்து கிலோ பதினஞ்சு கிலோ பச்சரிசி மாவப் பக்குவம் பண்ணி பெரிய சில்வரு சட்டியில அடச்சு வச்சுக்குவாக. தேவப்படும்போது காப்படி, காலரைக் காப்படின்னு கணக்கா எடுத்து இடியாப்பம் சுடுவாக. இது அந்த ஊரு வழக்கம். இது ஊருக்கு ஊரு வேற மாதிரி இருக்கும். ஆனா இப்புடி செஞ்சு இடியாப்பம் சுட்டுத்தின்னா அந்த சொவையே வேறமாதிரி இருக்கும்.

இடியாப்பத்துக்கு மாவு கொளைக்கெ முதல்ல ஒலத் தண்ணிய நல்லா கொதிக்க வச்சு எடுத்துக்கணும். சட்டியில மாவக்கொட்டி

ஒன்னுக்கு ஒன்ரைப் பங்கு வெந்நீர் ஊத்தி, சட்டிக்கி வெளிப்பக்கம் துணியச் சுத்திகிட்டு, ஆற அமர உக்காந்து, கால அகட்டி வச்சு ரெண்டு பாதத்தாலையும் சட்டிய மிசுங்க விடாம எசவா இடுக்கிக் குட்டு, துடுப்புக் கட்டைக் கொண்டு கட்டி பட்டுறாம கொளைக் கணும். கட்டி பட்டுட்டா இடியாப்பம் வெளங்காமப் போயிடு மேன்னு, பொம்பளைய அவதி அவதியா மாவு கொளைக்கிறதப் பாக்கணுமே! ஈரக்கொல, தாமரங்காயெல்லாம் அந்து போகும் அந்து.

வத்சலா ஆத்தா இருக்காளே அவ பேரு கானவடிவு. பிள்ளைகள வளக்க அவ செய்யாத தொழிலே இல்ல. அந்த வகையில இடியாப்ப மும் சுட்டு வித்தா. தொண்டியில சாகிபு குடும்பம் இருக்கா? இல்லையா? அது குடும்பமில்ல ஒரு தெருவு. அவுக அவுகளுக்குள்ள மட்டுந்தான் குடுக்கல் வாங்கல் பண்ணிக்குவாக. மத்த யாரும் அவுகள அண்ட முடியாது. அவுக குடும்பத்துல ஒரு பெரிய விசேசம். அதுக்கு 3500 இடியாப்பம் வேணுமுன்னாகலாம் ரவ்வுச் சாப்பாட்டுக்கும் காலச் சாப்பாட்டுக்கும். ஒத்தப் பொம்பளையா இருந்து 36 மணி நேரமாச் சுட்டாளப்பா இடியாப்பத்த. வேற ஒரு பொம்பளையா இருந்தா உறுப்பு நகண்டிருக்குமா? இல்லையா? அவ ஆத்தா கதய ஏம் பேசுவானே? அவள நெனச்சா கல்லும் அழுகும் கருப்பையில உள்ள புள்ளையும் அழுகும்.

இடியாப்ப ஒரலுல மாவப்போட்டு புழிஞ்சு, ஓலத்தட்டுள்ள ஒசரமா அடுக்கி ஒலையில ஏத்திட்டு, அர மூடித் தேங்காயத் துருவி பாலெடுத்து வச்சுட்டு, இன்னும் அரமூடித் தேங்காயத் துருவி எடுத்துக்குட்டுப் போறா மாசி அரைக்கெ.

மாசிங்குறது ஒரு கருவாடுதாம் பாருங்க. ஆனா அதுக்கு கருவாட்டு வாசம் வாரதில்ல. மால தீவு, மால தீவுன்னு சொல்லுறாகளே அங்கதான் மாசி உற்பத்தி பண்ணுறாகலாம். அங்க இருந்துதான் இன்னிக்கும் தரமான மாசி எறக்குமதி ஆகுதுன்னு பெரியவுக சொல்லுவாக. உண்மையோ பொய்யோ ஆரு கண்டா?

சூர மீனு, சூர மீனுன்னு ஒரு வகையான மீனு கெடைக்கும் கடலுல. அத புடிச்சு, மண்ட, தோலு, வாலு, கொடலு குந்தானின்னு

அம்புட்டையும் எடுத்துத் தூர வீசிப்புட்டு, மீன் துண்டத்த மட்டும் நல்லா அவிச்சு எடுத்து, தண்ணி இல்லாம ஒரு துணியில கட்டிப் புழிஞ்சு, பொகையெல்லாம் போட்டு, வெயிலுல காய வப்பாக லாம். அது ஒரு சாண் நீளத்துக்கு உருண்டு வளஞ்ச வெறகுக் கட்ட மாதிரி ஆகிடும். சும்மா கருஞ்செவப்பு நேரத்துல இருக்கும் பாருங்க. தூக்கி எவம் மண்டையிலயாவது அடிச்சா மண்டையோடு மடாருன்னு தொறந்துரும்.

அந்த காலத்துல பல்லுப் போனக் கெழவிய பாக்கு வெட்டு றதுக்கு ஒரு சாமான வச்சிருக்குங்க. அதுக்குப் பாக்கு வெட்டின்னு பேரு. அதைக் கொண்டுதான் மாசிய சின்னச் சின்னத் துண்டா வெட்டுறது. வெட்டுன மாசிய அம்மியில வச்சு. பொடியா இடிச்சு அரைக்கணும். அம்மாவையே மம்மின்னு கூப்புடுற காலத்துல எவ அம்மியக் காண்டா! அம்மிய மிக்சியில போட்டு நாலு சுத்து சுத்த விட்டாப் போகுதுன்னு நெனப்பாக செலரு. மிக்சில அரச்சா பொடியா மட்டுந்தான் போகும். அம்மியில அரச்சாத் தான் பொடி யெல்லாம் பஞ்சு மாதிரு புஸ்சுன்னு பொங்கி வரும். மாசிய அம்மியில வச்சு நுணுக்கி, பத்துப் பதினஞ்சு சின்ன வெங்காயம் வச்சு, பச்ச மௌகா ரெண்டு வச்சு, ரெண்டும் நஞ்சு போற மாதிரு இடிச்சு விட்டு, பொடி உப்பத் தூவி விட்டு, கையால எல்லாத்தையும் ஒன்னாக் கௌரி விட்டு, துருவி வச்சிருக்குற தேங்காய அதோட சேத்துப் பெறட்டி எடுக்கணும். இதுக்குப் பேருதான் மாசிச் சாம்பல்.

பொதுவா, பொம்பளைகளுக்கு ஒவ்வொரு வேளைக்கும் தனக்குத் தேவையான சாப்பாட்டோட அளவு நல்லாத் தெரியும். அவளாத் தனியா இருந்தாலும் அளவாச் சமச்சு அளவாத் தின்னுக்குவா. ஆனா ஆம்புளைக அப்புடி இல்ல. கொழம்பு ருசியா இருந்தா கொட்டுடீ சோத்தம்பான். நெறப்பமா செஞ்சு அடுக்கி வச்சா, ரெண்டு வாய்ச் சோத்தோட தட்டுலயே கையக் கழுவிப்புட்டுக் கெளம்பிடுவான். அதுலயும் வத்சலா புருசன் எசக்கி இருக்கானே அவன் 'ஒன்னையும் குடு, ஒன்னோட எழவுக்கு வாரவளையும் குடு'ன்னு கேக்குற ஆளு. சாப்பாட்டுக்கு உக்காந்த பொறகு கூட புதுசா ஒரு சாமானக் கேப்பான். வத்சலா இருக்காளே இந்த மாதிரி விசயங்களுல தெள்ளக் கடஞ்சவ. எல்லாத்துக்கும் எந்நேரமும் ரெடியா இருப்பா.

ரெண்டு ஆம்பளைகளுக்கு மூணு ஒல வச்சு,18 இடியாப்பம் சுட்டு வச்சுக் காத்துக் கெடக்குறா. அவளுக்கு உடம்பெல்லாம் நோயி. இந்நேரம் வரைக்கெல்லாம் சாப்புடாம இருக்க முடியாது. பிள்ளைக சாப்பிடும் போதே அவளும் சாப்புட்டுப்புட்டு 10 ஜெம்சு முட்டாயப் போட்டுத் தண்ணியக் குடிச்சுப்புட்டா.

அப்பன் வீட்டுல இருந்த அண்ணன, சாப்புட வாங்கன்னு கூப்புட்டுக் கிட்டு, ஆடி அசஞ்சு வாராக கையில ஒரு பழப் பையப் புடிச்சிகிட்டு. ஆளுகளக் கண்ட அடுத்த நிமுசம் பாய விரிச்சுப் பரப்பி வச்சுட்டா சாப்பாட்டு சாமானுகள.

சாப்புட உக்காந்தாக அண்ணனும் தம்பியும். முத்துநாகு தட்டுல சூடா ரெண்டு இடியாப்பத்த வச்சு, மாசியையும் கொஞ்சம் அள்ளி ஒரு ஓரமா வச்சா வத்சலா. அழகான வாயகண்ட கிண்ணத்துல தேங்காப் பால வச்சு, ஒரு தட்டுல ரெண்டு வாழப் பழத்த தோல நீக்கியும் நீக்காமலும் வச்சு, சின்னக் கிண்ணியில கொஞ்சம் சீனியும் வச்சு, மூனையும் எடுத்து முத்துநாகு பக்கத்துல அலுங்காம வச்சா. முத்துநாகு மூச்சு விடாம சாப்புட ஆரம்பிச்சான்.

எசக்கி ஒவ்வொரு சாமானாத் தொறந்து பாக்குறான். அவனுக்கு உண்டான சாமான் இப்போ அவன் கண்ணுக்குத் தெம்பட்டுருச்சு. மத்தியானம் வச்ச மீன்கொழம்பு. அஞ்சு இடியாப்பத்த அள்ளித் தட்டுல போட்டுக்குட்டு. மீன் கொழம்ப அது தல மேல சொத சொதன்னு ஊத்தி தருக்குப் புருக்குன்னு நாலு பெச பெசஞ்சு ஏத்தி அமுக்குறான் வாயிக்குள்ள.

பாவம் இந்த இடியாப்பத்துக்கு வந்த கேடுகாலம் இந்தாளு கையில மாட்டிக்கிட்டு லோளுப் படுது. இதுக்கு எதுக்கு மாவ இடியாப்ப ஒரலுல போட்டுப் புழியணும்? சும்மா மாவ அள்ளி அவிச்சுக் குடுத்தாப் பத்தாதா? அப்புடின்னு ஓடுது வத்சலா மனசுக்குள்ள. இத வெளிய சொல்ல முடியுமா?

எசக்கிக்கு ஒன்னும் சொணப்பா இல்ல. தாந்த கொரலுல ‘அண்ணே முட்டப் பொரியலு சாப்புடுறியலா முட்டப் பொரியலு’ன்னு கேக்குறான்.

'இல்ல எசக்கி. ராத்திரியில முட்ட சாப்புட்டா எனக்கு செரிக்காது'ன்னு சொல்லிட்டான் முத்துநாகு.

'போட்டுத் தாரேன் கொஞ்சமா சாப்புடுங்க மச்சான்'னு ஒப்புக்கு கேட்டுப் பாக்க மறுபடியும் அவன் வேணாமுன்னு சொல்ல புருசனுக்கு மட்டும் முட்ட பொரிக்க அடுப்பங்கரைக்குப் போறா வத்சலா. சின்னதா ஒரு செருமல் சத்தம் கேட்டுத் திரும்பிப் பாத்தா. நாலு வெரலக் காட்டுறான் எசக்கி. அவனுக்கு நாலுதான் புடுச்ச நம்பரு போல. புள்ளையா இருந்தாலும் முட்டையா இருந்தாலும் நாலுதான் வேணும் அவனுக்கு.

சட்டியில கடலெண்ண விட்டு, கருவேப்பில ரெண்டு கொத்து உருவிப் போட்டு, காஞ்ச மௌகா ரெண்டக் கிள்ளிப் போட்டு, வெட்டி வச்சிருந்த சின்ன வெங்காயத்த ரெண்டு கைப்புடி அளவு அள்ளிப் போட்டு, அரத் துண்டு தக்காளிய பொடிசா நறுக்கி அதோட போட்டு, அதுக்கு மேலேயே அளவா உப்பையும் போட்டு, நல்லா வதங்கட்டுமுன்னு கிண்டு கிண்டுன்னு கிண்டுறா கரண்டியப் போட்டு.

பச்ச வாட போனதும், நாலு முட்டைய ஒடச்சு ஊத்தி, விட்டு விட்டுக் கௌரி விடுறா. கொஞ்சமா கொத்தமல்லி எலைய வெட்டிப் போட்டு, மௌகுத்தூள் கொஞ்சம் தூவிவிட்டு பொத்துனாப்புல அள்ளி தட்டுல போட்டுக் கொண்டாந்து நீண்டுனா புருசனுக்கு. அது இருக்கு ஓராளு சாப்பாட்டு அளவுக்கு.

மலந்தும் மலராத மல்லியப்பூவ மொத்தமா அள்ளியாந்து தட்டுல குமிச்சா எப்புடி இருக்கும். அப்புடி இருக்குது முட்டப் பொரியலு.

சண்டாளிக்கு இந்தப் பக்குவம் எங்க இருந்துதான் வந்துச்சோன்னு, அவள ஏக்கமா ஒரு மேப்பார்வ பாத்து, புருவத்தத் தூக்கி ஒரு செய்க செஞ்சானோ இல்லையோ! வதங்கிக் கெடந்த வத்சலா கெறங்கிப் போனா கெறங்கி.

அடுத்து மூண்டுருச்சப்பா இடியாப்பத்துக்கும் முட்டப் பொரிய லுக்கும் ஒரு மகத்தான மல்யுத்தம் எசக்கியோட கைவண்ணத்துல.

ரெண்டு இடியாப்பத்த மாசியோடத் தின்ன முத்துநாகு, அடுத்து ரெண்டு இடியாப்பம் வச்சு, ரெண்டு வாழப் பழத்த அதுல போட்டு, தேங்காப் பாலும் சீனியும் சேத்துப் பெசஞ்சு, பொறுமையா மென்னு முழுங்குறான். இடியாப்பத்தையும் வாழப் பழத்தையும் தேங்காப் பால் ஊத்திப் பெசஞ்சாம் பாருங்க! அது அவன் வெரலுல ரெண்டு வெரக்கடைக்கி மேல கொஞ்சம் கூடப் போகல. அப்புடி ஒரு பதூசா சாப்புடுறான். இதையே எசக்கி பண்ணியிருந்தா! ரசத்துக்குப் புளியக் கரக்கிற மாதிரி உள்ளங்கை வர விட்டுப் பெசஞ்சு, வாழப் பழத்தப் பிதுக்குற பிதுக்குல அது தவ்விப் போயி பக்கத்து ஆளு தட்டுல விழுந்துரும்.

ஒரு வழியா சாப்பாட்டு வேல முடிஞ்சு படுக்கப் போகலாமுன்னு வத்சலா அவ ரூமுக்குள்ள போகும் போது, அவ பேரு சொல்லிக் கூப்புடுறான் முத்துநாகு. இந்தா வாறேன் மச்சான்னு சொல்லிக் கிட்டே அவன் ரூமுக்குப் போறா அவ. இந்த நேரத்துல இருந்தது தான் ஆரம்பிச்சுச்சு முத்துநாகுவோட அவ போராடுன போராட்டம்.

ரெண்டு பாயப் போட்டு, அதுக்கு மேல ரெண்டு மெல்லிசான மெத்தைய எடுத்து விரிக்கச் சொன்னான். அதுக்கு மேல ரெண்டு சமுக்காளத்த விரிச்சு, அதுக்கு மேல ஒரு வாயில் பொடவய விரிச்சு, அதுக்கு மேல அவன் கொண்டுவந்த ஒரு வெள்ள விரிப்ப விரிச்சு, மெத்தயத் தாண்டி எந்தத்துணியும் தெரியாம பக்க வாட்டுல சரி செய்யச் சொன்னான். பெறகு எட்டு தலவாணி கேட்டான். தல மாட்டுல ரெண்டு. கால் மாட்டுல ரெண்டு, எடது கைப்பக்கம் ரெண்டு, வலது கைப்பக்கம் ரெண்டுன்னு படுக்கையச் சுத்தி தடுப்பண கட்டச்சொன்னான்.

இது என்னாடி கூத்தா இருக்கு? ஜல சமாதின்னு கேள்விப்பட்டுருக் கோம். இப்புடியுமா ஒரு மெத்த சமாதி கட்டுவாகன்னு மனசுல நெனச்சிகிட்டு மண்டையச் சொறியிறா! பாவம்.

சாப்புட்ட உடனே படுத்தா ஒடம்புக்கு நல்லதில்ல, வெளிய போயி உலாத்திப்புட்டு வாரேன்னு சொல்லிபுட்டு தெருவுக்கு எறங்கும் போது, சொவத்துல மாட்டி இருந்த பெரிய கடிகாரத்துகுள்ள இருந்து ரெண்டு குருவி பொம்மைக வெளிய தலய நீட்டி இங்கிலீசுல

கத்துதுக மணி 10ன்னு.

சின்ன ரூமுக்குள்ள போயி பிள்ளைகளோட மெத்தையில படுத்துக்குட்டா வத்சலா. தரையில பாய விரிச்சு, தலைக்கு ஒரு தலகாணிய வச்சுக்கிட்டு, கவட்டுக்குள்ள ஒரு தலகாணிய இடுக்கிக் கிட்டு கார வீடு அதிர கொறட்ட விடுறான் எசக்கி. வத்சலாவுக்கு தூக்கம் புடிக்கல. வெளிய போனவன் எப்போ உள்ள வருவான்னு பெரிய ரூமு வாசலையே திரும்பித் திரும்பிப் பாக்குறா. நடுச் சாமத்துல முழிப்புத் தட்டிப் பாக்குறா! பெரிய ரூமு கதவு அடச்சிருக்குது. ஏசியப் போட்டுக்குட்டு கதவ அடச்சி உள்ள தூங்குறான் முத்துநாகு. எதிரிச்சுப் போயி பாக்குறா! கதவு விரியத் தெறந்து கெடக்குது. வாசல்ல உள்ள இரும்பு கேட்டு வாரவுக வரலாமுன்னு வாயத் தெறந்த மேனிக்கு தெறந்து கெடக்கு. இது என்னடா? எழவு சனியனா இருக்கு. எவனாவது களவாணிப் பய வந்து புருசனோட பைக்க உருட்டிக்கிட்டுப் போனாலும் தெரியா தேன்னு ஓடிப்போயி கேட்டப் பூட்டிப்புட்டு, கதவுக்கு தாப்பாழப் போட்டுப் புட்டு தூங்கப் போனா.

சட்டுன்னு விடிஞ்சு போச்சு சனிக்கெழமா கால. புள்ளைகளுக்கு பள்ளிக்கொடம் லீவு. அதுக இன்னிக்கு லேட்டாத்தான் எந்திரிக்கி முங்க. இட்டிலி அவிச்சு, சாம்பாரும் சட்டினியும் வச்சு, புருசன வேலைக்கி அனுப்பிப்புட்டு, புள்ளைகள ஒவ்வொன்னாக் கெளப்பி பல்ல வெலக்கி, குளிக்க வச்சு, டீயக் குடுத்து, கொஞ்ச நேரத்துல இட்டிலியையும் திங்க வச்சு, வீட்டுக்குள்ளே வெளையாடுங்க இல்லாட்டி மாடியில கூடப் போயி வெளையாடுங்க ஆனா வெளிய மட்டும் போகக்கூடாதுன்னு சொல்லிபுட்டு, அவளும் மூணு இட்டிலியப் பிச்சுப் போட்டுப்புட்டு, பத்து ஜெம்சு முட்டாய வாயில போட்டுத் தண்ணியக் குடிக்கும் போது மணி 9:30.

இப்போத்தான் விருந்துக்கு வந்த சாமி துயில் கலஞ்சு எந்திரிக்கிது. அவன் கணக்குப்படி இது முப்பது நிமுசம் வேகம். வேலையில்லாத நாளுல அவன் சரியா பத்து மணிக்குத்தான் எந்திரிப்பான். பிள்ளைக கத்துனதுல தூக்கம் போச்சோ என்னமோ தெரியல எந்திரிச் சுட்டான். படுக்கையில உக்காந்த மேனிக்கு, 'வத்சலாமா... ஒரு டீ

குடுமா...' அப்புடின்னு கொரல் குடுக்குறான்.

இந்தா எடுத்துக்குட்டு வாறேன் மச்சான்னு சொல்லிகிட்டே அடுப்புல இருந்த டீய கண்ணாடிக் கொவளையில ஊத்திகிட்டு வந்து நீட்டுறா.

இந்தாங்க மச்சான் தேத்தண்ணி.

தேத்தண்ணின்னு சொன்னதுக்கு அவன், வத்சலாவ ஏற எறங்கப் பாக்குறான். படிச்சவுகன்னு காட்டுறதே அவுக பேசுற நாகரிகமான சொல்லுதானே. இன்னும் ஊருநாட்டு வழக்குல இருந்து மாறாம இருக்குற ஆளுகளப் பாத்தா படிச்சவுகளுக்கு எளக்காரமாத்தான இருக்கும். அதுதான் அந்த மேப் பார்வைக்கிக் காரணம்.

தங்கத்துல செஞ்ச சாமிக்கு தாமரையக் கொண்டு பூச பண்ணவும் தாமரைப் பூவுக்கு தலக்கனம் வரலாமா? வரக்கூடாது. என்னா... அது மொளச்சது சேத்துலயா இல்லையா? பழசையெல்லாம் மறந்தவ னுக்கு பைத்தியமுன்னு பேரு வச்சுருவாக ஊருக்குள்ள. அதேப் பேர இந்தப் படிச்சவுகளுக்கும் வக்கெலாந்தானே? வைக்கவா போராக? வப்பாக வப்பாக, சொல்லுற நமக்குத்தான் வப்பாக. பாவம் வத்சலா ஒத்தப் பார்வையில ஒடுங்கிப் போனா.

குளிச்சிட்டு வாங்க மச்சான். இட்டிலி அவிச்சு வச்சிருக்கேன் வந்து சாப்புடுங்கன்னு சொன்ன ஒடனே திடுக்குன்னு எந்திரிச்சு நின்னவன், எனக்கு இட்டிலி வேணாம்மா. நான் குளிச்சுட்டு வந்த பெறகு சூடா தோச ஊத்து. வெங்காயம் போட்டு ஒரு நெய் தோசயும் ஒரு முட்ட தோசையும் போடு. தேங்கா சேக்காம கொத்தமல்லி தொவையல் வச்சிரு. அப்புடின்னு சொல்லிப்புட்டு கக்கூசுக்குள்ள போயி கதவ மூடிகிட்டான்.

இவ சமச்சு வச்சதத் திங்க அவன் என்ன இவ வீட்டுக்காரனா? விருந்தாளியாச்சே. என்னத்தப் பண்ணுவா அவளும் பாவம் குறுக்குச் செத்தவ. தொவண்டு போயிப் போறா தொவையல் அரைக்கெ.

'எளகுன இரும்பக் கண்டா கொல்லன் குண்டியத் தூக்கி அடிப்பா'ன்னு சொலவட சொல்லுவாக. என்ன மாதிரி எவளோ ஒரு

இத்துப் போன சிறுக்கி, இந்த மாதிரி ஒரு ஆளோட மாரடிச்சு மண்ட ஒடஞ்சுபோயி இருப்பா போலிருக்கு. அதுதான் அப்பவே சொல்லி வச்சிருக்காக இப்புடி ஒரு சொலவடயன்னு தனக்குத் தானே சொல்லிக்கிடுறா.

குளிக்கப் போனவன் இந்தா வந்துடுவான் அந்தா வந்துடு வான்னு பாத்தா! அர மணி நேரம் ஆகியும் ஆளக் காணாம். ஒவ்வொரு உறுப்பாக் கெழட்டி வச்சு தேச்சு துப்பரவு பண்ணி மாட்டிக்கிறானா? என்னமோ தெரியல. எட்டிப் பாத்தா எட்டு பக்கம் எழுதலாம். இந்தக் கண்றாவியப் போயி யாரு பாக்குறது?

முழுசா ஒரு மணி நேரத்துக்குப் பெறகு முட்டையல இருந்து குஞ்சு வெளிய வந்த மாதிரி மொழுக்குன்னு வெளிய வாரான் முத்துநாகு. ஈரத் தலையில துணியப் போட்டுத் தொடச்சா முடி கழிஞ்சுடுமுன்னு முடிய காத்துல ஒலத்துறானப்பா காமணி நேரமா.

ஒருவழியா ரெண்டு தோசையத் தின்னுப் புட்டு. வத்சலாவக் கூப்புட்டு, மூக்கு மேல வெரல வக்கிற மாதிரி ஒரு சேதியச் சொல்லு றான்.

எம்மா வத்சலா... மெத்தக்கி மேல விரிச்ச ரெண்டு சமுக்காளம், வாயில் பொடவ, ஒரு வெள்ள விரிப்பு, எட்டுத் தலகாணி ஒர எல்லாத்தையும் எடுத்துத் தொவச்சுக் காயப் போட்டுரு. ரூமச் சுத்தம் பண்ணி, டெட்டால் போட்டுத் தொடச்சு விட்டுரு. இன்னிக்கி மட்டுமில்ல நெதமும் காலையில இதே மாதிரி தொவச்சு, தொடச்சு விட்டுரு. மச்சானுக்கு தூசினா அலர்ஜி. உடம்புக்கு முடியாமப் போயிடும். ஒரு மணி நேரம் கழிச்சு வாறேன். மாதுள ஜூஸ் போட்டு வையிமா... மாதுளச் சாற எடுத்து ஒரு கரண்டி நாட்டுச் சக்கர மட்டும் போட்டு வையி வேறெதையும் சேத்துற வேண்டாம்.

வத்சலா வாயடச்சுப் போயி நிக்கிறா. ரூமுக்குள்ள போயி அவனோட மணிப் பர்சு, செல் போனு, ஆப்பிள் ஐபேடு, வெயில் தாக்காம இருக்க மூஞ்சுக்கு கிரீமு, ஒரு கூலிங் கிளாசு எல்லாத்தை யும் எடுத்துக்குட்டு ஊரச் சுத்தி போட்டோ எடுக்கக் கெளம்புனவன் திடீருன்னு திரும்பி மத்தியானத்துக்கு என்ன சமக்கெப் போறேன்னு கேக்குறான்.

நான் சமக்கிறதையா நீ திங்கப் போறே? நீ சொல்லுறதத் தானே நான் சமைக்கணும். நீயே சொல்லித் தொலன்னு மனசுக்குள்ள நெனச்சுக் குட்டு, ‘என்ன மச்சான் சமைக்கணும்? நீங்களே சொல்லுங்க.’ அப்புடின்னு கேக்குறா சிரிச்ச மூஞ்சோட.

தம்பிட்டச் சொல்லி நகர மீனு வாங்கியாரச் சொல்லு. மீன் மண்டைய மட்டும் போட்டுக் கொழம்பு வச்சிரு. வால் துண்டத்த மட்டும் பொரிச்சு வச்சிரு. மௌகு ரசம் வச்சிரு. கொஞ்சமா இறாலு வறுத்துடுன்னு ஒரு மெனுவச் சொல்லிப் புட்டு மெல்லமா நடந்து போறான்.

‘பிள்ள இல்லாத பொம்பள பீத்துணிய மோந்து பாத்தக் கதை’ யாவுல போச்சு. இத்தம் பெரிய ஒலகத்துல பஞ்சாயத்துப் பண்ண ஆளு கெடைக்காம இந்த ஆளக் கூட்டியாந்து என் ஆவியச் சாவியாக்கு றானே எம் புருசன்.

புருசனுக்கு போன் பண்ணி மீனும் இறாலும் வாங்கி வரச் சொன்னா. கொஞ்ச நேரத்துல வாசலுல வந்து நிக்கிறான் எசக்கி ஏவி விட்ட ஒரு எளந்தாரிப் பய. ஒரு சருவப்பயில மீனு, இன்னொரு சருவப்பயில இறாலு ரெண்டும் உருப்படிகளும் உசுரோடத் துள்ளுதுக.

துள்ளத் துடிக்க மீன வெட்டி சரட்டு புரட்டுன்னு ஆயிறா. செதிலெடுத்து, மண்டையச் சுத்தம் பண்ணி, கொடலு குந்தானிய நீக்கிப்புட்டு, வால அரிஞ்சு, உள் சதையில உள்ள கருப்பெடுத்து, கல்லு உப்பும் கடலெண்ணெயும் மஞ்சத்தூளும் போட்டு மஞ்சட்டி யில ஒரசு ஒரசுன்னு ஒரசி, மூன்னு தண்ணி ஊத்தி அலசி எடுத்து ஒரு ஏனத்துல வச்சுட்டா. அடுத்து துள்ளுகிட்டு கெடக்குற இறால ஒவ்வொண்ணா எடுத்து மண்டைய உருவிப்புட்டு, வாலப் புடிச்சுப் பிதுக்குறா. இறாலோட நடுப்பகுதியில மேத்தோல நீக்குறதில்ல பொரிக்கிறதுக்கு. இறால உப்புப் போட்டு ஒரசுனா இறாலு இறாலா இருக்காது. கூழாப் போயிரும். சும்மா மூணுதண்ணி ஊத்தி அலசி எடுத்துட்டு நிமுருறா. எதுத்தாப்புல நடந்து வாரான் முத்துநாகு ஜூசு குடிக்க.

கைய நல்லா மணச்சோப்புப் போட்டுக் கழுவிப்புட்டு, மாதுளைய வெட்டி ஜூசு போட்டுக் குடுக்கும்போதே கேக்குறான் முத்துநாகு.

எம்மா வத்சலா... இந்தப் படுக்க சமானுகளத் தொவச்சுப் போடலியா?

அடுப்படி வேலையா இருந்துட்டேன் இன்னும் கொஞ்ச நேரத்துல தொவச்சுப் போடுறேன் மச்சான்.

அதுக்கில்லமா... நேரமாச்சுன்னா காயாதுல அதுக்குத்தான் சொல்லுறேன்.

சரி மச்சான். நீங்க இதக் குடிங்க இந்தா கொஞ்ச நேரத்துல வந்துடுறேன்.

பாவம்... அவளோட நாலாவது புள்ள பசிச்சுப் பறக்குது. முன் பசிக்கு எதையாவது திங்கக் குடுக்கலாமுன்னு, புள்ளைய இடுப்புல தூக்கி வச்சுக்குட்டு காலையில சுட்ட இட்டிலிய அள்ளி அமுக்குறா பெத்த புள்ள வாயில.

வத்சலாமா... நான் எசக்கி தம்பியத்தான் பாக்கப் போறேன். சாப்பாட்டுக்கு ரெண்டுபேரும் சேந்து வந்துடுறோம்.

மறக்கமா தொவச்சிப் போட்டுருமா... அப்புடின்னு சொல்லிப் புட்டு வெளிய கெளம்புறான். அவன் உள்ள வந்தாலும் வெளிய போனாலும் கேட்டையும் வீட்டுக் கதவையும் சாத்துறதுக்குப் பின்னலையே ஒரு ஆளு போகணும். புள்ளைய கீழ எறக்கி விட்டுப் புட்டு, பொறுமையாப் போயி கேட்ட அடச்சு, கதவ சாத்தி விட்டுட்டு வந்து பாத்தா! முத்துநாகு ஜூசு குடிச்ச கண்ணாடிக் கொவளைய ஒடச்சி, அங்குனையே நின்னு ஆடிக்கிட்டு இருக்கிது பாவம் பச்சப் புள்ள. கண்ணாடித் துண்டு ஏதாவது காலக் கிழிச்சிரு மேன்னு ஓடியாந்து புள்ளயத் தூக்குறா. கையி காலத் தொட்டுத் தடவிப் பாத்துப்புட்டு அக்கா அண்ணனோட போயி வெளை யாடுன்னு புள்ளைய மாடிக்குப் பத்தி விட்டுப்புட்டு, மொறத்த எடுத்து வந்து வெளக்கமாத்தால பெறுக்கி அள்ளுறா ஒடஞ்சு செதறுன கண்ணாடித் துண்டுகள. அந்த நேரத்துல மறுபடியும்

வீட்டுக்குள்ள வாறான் முத்துநாகு, மறந்து போன ஐப்பேட எடுத்துக்குட்டுப் போறதுக்கு.

என்னம்மா கிளாசு ஒடஞ்சுடுச்சா? நல்லாக் கூட்டி அள்ளிட்டு மாப்பு போட்டு விட்டுரு. இன்னும் தொவைக்காம இருக்குற படுக்க சமானுகளப் பாத்து. கையோட இதுகளத் தொவச்சுப் போடுமா. வெயிலு போயிடப் போகுது. அப்புடின்னு சொல்லிட்டு மறுபடியும் வெளிய கௌம்பிட்டான். வெளக்கமாத்தோட அவம் பின்னாடியே போயி, கேட்டச் சாத்திப்புட்டு, கதவ அடச்சு விட்டுப்புட்டு, கக்கூச எட்டிப் பாக்குறா! உள்ள அவன் நேத்துப் போட்டுருந்த உடுப்பை யெல்லாம் தண்ணியில ஊறப் போட்டுருக்குறான். அதையும் கையோட எடுத்துக்குட்டுப் போயி தொவச்சுப் போடுறா புழுக்க வேல பாக்கவே பொண்ணாப் பொறந்த வத்சலா.

மத்தியானச் சாப்பாட்டச் சாப்புட்டுப்புட்டு பழங்கள் ஏதாவது வெட்டிக் குடுன்னு கேக்குறான். சாப்பாடுக்குப் பெறகு கொஞ்ச நேரம் படுத்துக் கெடந்து மொபைல நோண்டிப்புட்டு, டீயும் நொறுக்குத் தீனியும் குடுன்னு நிக்கிறான். ராத்திரிக்கு ஆப்பமும் தக்காளி ஆணமும் வச்சுருன்னு ஆடர் போடுறான். ராத்திரி சாப்பாட்ட முடிச்சிட்டு பழங்களையும் தூக்கி முழுங்கிப்புட்டு, செரிமானக் கோளாற இருக்கு, ஓமத்தத் தண்ணியில கொதிக்க வச்சு வடிச்செடுத்து சூடு கொறையாம ஒரு கொவளையில குடுன்னு கொடும பண்ணுறான்.

பச்சப் புள்ளையப் பாப்பாளா? பள்ளிக்கொடம் போற புள்ளைகளப் பாப்பாளா? புருசனப் பாப்பாளா? புண்ணாப் போனா அவ ஒடம்பப் பாப்பாளா? இல்ல, விருந்தாளியா வந்த இவனுக்குப் புழுக்க வேல பாப்பாளா? பாவம்... பாக்கு வெட்டியில நாக்கு அம்புட்டக் கதையாப் போச்சு அவ கத.

புருசனுட்டச் சொல்லி, கடைசி புள்ளைய தொண்டியில இருக்குற அவ அம்மாட்ட விட்டுட்டு வரச்சொன்னா. முத்துநாகு, மத்தி யானத்துல வீட்டுக்குள்ள வந்து படுத்துக்குட்டு வீடியோ கால்ல யாரோடையோ சிரிச்சு சிரிச்சுப் பேசுறான். பொம்புளப் புள்ள கொரலு மாதிரிக் கேக்குது. அவன் வீட்டுல இருக்குற வரைக்கும்

நீயும் எங்கூடவே இருக்கணுமுன்னு உறுதியாச் சொல்லிப்புட்டா புருசங்கிட்ட.

வந்து நாலு நாளு ஆகுது. திங்கிறான், படுக்குறான், போறான், வாரான். ஆனா கூப்புட்ட வேலைக்காக ஒரு துரும்பக் கூடத் தூக்கிப் போட்ட மாதிரித் தெரியல.

கடக்கர மணலுல படுத்துக்குட்டு கலர் கலரா படமெடுத்து பேஸ் புக்குல போடுறான். அரசாங்கப் பள்ளிக்கொடத்துக்கு எதுத்த மாதிரி கெடக்குட கொளத்துல குளிக்கிற மாதிரி போட்டோ எடுத்து வாட்சாப்பு ஸ்டேட்டசுல வக்கிறான். ஊரையே வளச்சு வளச்சுப் படமெடுத்து, காலத்தால் கரைந்து போன நினைவுகளை மீட் டெடுக்கும் முயற்சியில் மழலையாக மாறிப் போகிறேன்னு இங்கிலீசுல எழுதி டுவிட்டர் பக்கத்துல பதிவு பண்ணுறான்.

இதையெல்லாம் பாத்து எரியுது வயிறு எசக்கிக்கு. அண்ணே! எப்புடியாவது இன்னிக்கு அப்பவ உக்கார வச்சு பேசிப்புடலா முன்னு அழுத்தம் குடுத்துப் பாக்குறான் எசக்கி. இன்னும் ரெண்டு நாள் கழிச்சு பேசலாமுன்னு ஒங்க அப்பா தான் சொல்லுறாருன்னு ஒரு வார்த்தையில முடிச்சுப்புட்டான் முத்துநாகு.

காலச் சாப்பாடு சாப்பிடும் போதே எசக்கியப் பாத்துச் சொல்லு றான். தம்பி! இன்னிக்கி நல்ல கணவா வாங்கியாந்து குடு. ஓட்டுக் கணவாயா இருந்தா இன்னும் நல்லது. என்னா! அதுதான் டேஸ்ட்டா இருக்கும். அம்மா வத்சலா... கணவாயப் பெறட்டுனாப்புல கொழம்பு வச்சுரு. கணவா மண்டைய எடுத்து முருங்கச்சாறு வச்சுரு. அரசாங்க அதிகாரி மாதிரி ஆடரப் பறக்க விடுறான் முத்துநாகு.

கணவாயில உள்ள மண்டையச் சுத்தம் பண்ணி எடுத்து, ஏலக்கா, லவங்கம், பட்ட, சீரகம், சோம்பு, மௌகு இத எல்லாம் சேத்து அரச்சு வச்சிருந்த கறிமசாலாப் பொடியக் கொஞ்சமா கணவா யோடச் சேத்து, ரெண்டு பல்லு பூண்டத் தட்டிப் போட்டு, தேவையான அளவு உப்பையும் போட்டு, அளவான தண்ணி ஊத்தி வேக வக்கணும். பொதுவா கணவாங்குறது ரப்பரு மாதிரி ஒரு

பொருளு. நல்லா வேகலன்னா அதத் திங்கிறதே பெரிய போராட்டா மாப் போயிடும்.

வெளிநாடுக்காரனப் பாத்தீங்கன்னா, அவன் எல்லாச் சாமானு களையும் அர வேக்காடாத்தான் சாப்புடுறான். நல்லாத்தான் இருக்குறான். நம்ம ஆளுகதான் சோம்பேறிகளாச்சே. எதையும் பொறுமையா மென்னு முழுங்க மாட்டான். அவனுக்கு வாயில வச்சதும் அதுவாக் கரஞ்சு தொண்டையில எறங்கணும். அதுக்காக ரொம்பவெல்லாம் மெனக்கடக் கூடாது. அப்புடி ஒரு எண்ணம். அதுனாலத்தான் மையாக் கொலைய வச்சு மடாருன்னு தின்னு முடிகிறான்.

கணவா வெந்ததும் அந்தத் தண்ணியிலேயே சுத்தம் பண்ணி வச்ச முருங்கக் கீரைய கொட்டிக் கிண்டி விட்டு, சாறு எவ்வளவு தேவைன்னு பாத்துக்குட்டு அதுக்குத் தக்கன தண்ணியச் சேத்து, கொஞ்ச நேரம் வேக வக்கணும். முருங்கக்கீரய ரொம்ப நேரம் வேக விட்டா கசப்புத் தட்டிரும். வெளிர் பச்ச நேரம் மாறிப் போயி கரும்பச்சயா மாறும் பாருங்க அதுதான் கீரையோட வேக்காட்டுப் பதம். கூறு பத்தாத ஆள இருந்தா கொஞ்சமா எடுத்து வாயில போட்டுப் பாக்க வேண்டியதுதான்.

கீர வெந்ததோட முடிஞ்சுடாது வேல. அதுக்குப் பொறவும் செல பண்டுதம் இருக்கு. ரெண்டு கையளவு அரிசிய அள்ளிச் சட்டியில போட்டுகருகாமப் பொரிய வக்கணும். பொன் நெறம் ஆனதும் ஏறக்கி, ஆறவச்சு, அம்மியில வச்சு பொடியா அரச்சு எடுத்துக்கணும். பெறகு கால் மூடித் தேங்காயத் துருவி எடுத்து வச்சுக்கணும். இப்போ வெந்து போன கீரையோட, பொரியரிசி பொடியையும் துருவுன தேங்காப் பூவையும் கொட்டிக் கிண்டிவிட்டு ஏறக்கிவச்சாப் போதும். நான் இங்கதான் இருக்கேன் வாங்க வாங்கன்னு மணத்தா லேயே கத்திக் கத்திக் கூப்பிடும் கணவாக் கீர.

வந்துட்டான் முத்துநாகு. மணி மத்தியானம் 12 ஆகுது. ராசாவுக்கு இது குளிர்பானம் குடிக்கிற நேரம். ஒரு வாழப் பழத்த மிக்சியில போட்டு, காய்ச்சி ஆறவச்ச பசும்பால முக்காக் கொவள ஊத்தி, ரெண்டு கரண்டி சீனியப் போட்டு,மூணுச் சின்ன ஐசுக் கட்டியையும்

சேத்து ஒரு நிமுசம் மிக்சியச் சுத்தவிட்டு, ஒரு பெரிய கண்ணாடிக் கொவளயில ஊத்தி, கொண்டுபோயி நீட்டுறா. மச்சான் இந்தாங் கன்னு.

ஒரு சிரிப்ப அவளுக்குப் பரிசா அள்ளி எறிஞ்சுப்புட்டு, மூச்சுக் காட்டாம ஜூசக் குடிக்கிறான் முத்துநாகு. இந்த ஜூசு வத்சலாவா செஞ்சு குடுக்கல. இந்த மெனுவ நேத்தே குடுத்துட்டான் முத்துநாகு. இல்லாட்டி எறங்குமா அவுக தொண்டைக்குள்ள.

முத்துநாகுக்கு மூக்குக்குள்ள ஏதோ முனுமுனுங்குது. எதிர் பாக்காத நேரத்துல, படமெடுத்து நிக்கிற பாம்பப் பாத்தா, கண்ணு பாத்து மூள அறியும் முன்ன உயிருக்குள்ள வேகமாப் பரவுமே ஒரு பயம். அந்த வேகத்துல, லேசா வந்த வாடைய வச்சே கண்டு புடிச்சிட்டன் கணவாக் கீர ரெடி ஆகிடுச்சுன்னு.

என்னம்மா வத்சலா! கீர ரெடி ஆச்சா?ன்னு கேட்டதுக்கு, ஆச்சு மச்சானு சொன்னாளோ இல்லையோ! அத ஒருக் கிண்ணத்துல அள்ளி வச்சு ஒரு ஸ்பூனப் போட்டுக் கொண்டு வா... முன் பசிக்கி நல்ல சாமான் அதுங்குறான்.

கரண்டிய வச்சு சாற மட்டும் இருத்து ரூப்பு ரூப்புன்னு உறியுறான். சாப்பாட்டுக்கு முன்னாடி சூப்புக் குடிக்கிறது பிரஞ்சுக்காரக பழக்க மாம். சூப்பு பசியத் தூண்டிவிடுமாம். அதனால அத சாப்பாட்டுக்கு முன்னால குடிச்சிப்புட்டு சாப்புட்டா நல்லா சாப்புடலாமாம். இதெல்லாம் வத்சலா கிட்ட சொல்லிக்கிட்டே அப்பப்போ எடவேளி விட்டுப்புட்டு உறியுறான் கீரச் சூப்ப. தண்ணி வத்தியும் வத்தாமலும் சொத சொதன்னு கெடக்குற கொளத்துக்குள்ள கொக்கு வந்து குத்தித் தூக்குமா இல்லையா மீனுகள! அது மாதிரி சூப்பு வத்திப்போன கீரைக்குள்ள இருந்து கணவா மண்டைகள ஒரு சைஸா எடுத்து வாயில போட்டு மெல்லுறான். மென்ன கணவா முழுங்குற பக்குவத்துக்கு வந்ததும் அதோட ஒரு கரண்டி கீரைய அள்ளிப் போட்டு மெல்லுறான். ரெண்டு பொருளையும் இன்ன சதவிகிதத்துல அரச்சு தொண்டக் குழிக்குள்ள தள்ளுனாத்தான் சுவைய அனுபவிக்க முடியும் அந்த சுகானந்தத்த உணர முடியுங்குற தெல்லாம் முத்துநாகுவுக்கு மட்டுந்தான் தெரியும். அதுல, அவன் தெள்ளக் கடஞ்ச ஆளு.

தங்க பஸ்பத்தத் தூவித் தூவி செஞ்சு வச்ச சாப்பாடா இருந்தாலும் தொண்ட வரைக்குந்தான் ருசிங்குறது, அறிவுள்ள மனுசங்க அத்தன பேத்துக்கும் தெரியத்தான் செய்யும். இருந்தாலும் திங்கிறத நாக்குக்குச் சொனப்பா திங்கத்தானே வேண்டியிருக்கு. அதுனாலத்தானே வத்சலா மாதிரி எத்தனையோ பொம்பளைக புருசனுட்ட தாலி வாங்கிப்புட்டு அடுப்போட குடுத்தனம் நடத்து றாளுக.

அப்பறம் என்ன? அடுத்த ரெண்டு நாளுல வத்சலாவோட குறுக்க நிமித்திப் புட்டான் முத்துநாகு. கோடகாலத்து சாமத்துல காத்து கூட வேல நிறுத்தம் பண்ணிப்புடுது. ஆனா ஒரு குடும்பப் பொம்பளை யால அப்புடிப் பண்ண முடியுமா? மாட்ட வேல வாங்குற மாதிரி வேல வாங்குறான் அந்த மளிகைக் கடை சாமானுக்குப் பெறந்த பய.

நாட்டுகோழி வறுவல், வெள்ளாட்டுக்கறி பெரட்டலு, கொடலு கொழம்பு, நண்டுச் சாறோட அடுத்த ரெண்டு நாலும் முடிவுக்கு வந்துடுச்சுன்னு நெனக்கும் போது, கடைசியா ஒரு பிரம்மாஸ்த் திரத்தத் தூக்குறான் முத்துநாகு.

இந்த நண்டு இருக்குதே நண்டு. அது ஒரு ருசியான சாமாந்தான் பாருங்க. என்னத்தச் சொல்ல? தின்னு பாத்தவனுக்குத்தான் அதோட பெறுமதி தெரியும். ஆனா அதத் திங்கிறதுல ஒரு சிக்கல் இருக்கு. இந்த இட்டிலி, தோசையக் கூட முள்ளுக் கரண்டியில குத்தி சாம்பாருல தொட்டுத் திங்கிறக் கூட்டத்துக்கெல்லாம் நண்டு ஒத்து வராது.

நண்டுக் கொழம்போட சாப்புட உக்காந்தா... ரெண்டு பெரிய கொடுக்குக் கால் இருக்கு பாருங்க அத எடுத்து சர்ரு புர்ருன்னு உறியணும். மேல் ஓட்டப் பட்டும் படாமக் கடிச்சு, கூடு தனியா சத தனியா பிரிச்சுத் திங்கணும். ஒன்னோட ஒன்னு எணையுற முட்டுப் பகுதிய கடிச்சு, மென்னு, அரச்சு தூளு தூளாத் துப்பணும். நடு ஓடம்புல உள்ள சதைய கட்ட வெரல விட்டு நொங்க நோண்டுற மாதிரி நொண்டித் தின்னுப்புட்டு, மீதிச் சதய எடுக்க முடியலன்னு வச்சுக்குங்க, தட்டுல தட்டிப் பாக்கலாம். பல்லால உருவிப் பாக்கலாம். அப்பவும் முடியலியா? மொத்தமா வாய்க்குள்ள

அள்ளிப் போட்டு மெல்லோ மெல்லுன்னு மென்டு சாத்தக் குடிச்சுப் புட்டு சக்கையத் துப்பிடலாம். அது ஒரு சின்ன சைசு கொழுக்கட்ட மாதிரி வந்து விழுந்து உருளும். இதுதான் நண்டு திங்கிற நாகரிகம். இதையெல்லாம் சொந்த வீட்டுல செஞ்சாலே செலருக்கு ஐயரவாத் தான் இருக்கும். அதுவும் முத்துநாகு செய்வானா?

அவனுக்கு நண்டு திங்கணும். ஆனா நண்டோட போராடாம, பதூச, நாகரிகமாச் சாப்புடனுமுன்னு முடிவு பண்ணிட்டான். அவன், வத்சலாவுக்கு ஒரு சமையல் குறிப்புக் கொடுத்ததாம் பாருங்க! அவளுக்கு மண்ட கிறு கிறுன்னு சுத்திருச்சு சுத்தி. நண்ட முழுசா உப்பு போட்டு அவிச்செடுத்து, ஆறவச்சு, சின்ன கத்தரிக் கொலு இல்லாட்டி பிளேட வச்சு ஓட்டக் கீறி சதைய மட்டும் எடுத்து, முட்டப் பொரியல் பண்ணுற மாதிரி வெங்காயம் தக்காளி போட்டு வதக்கி, முட்டைக்கு பதிலா நண்டுச் சதயப் போட்டுப் பெறட்டி, மேல கொஞ்சம் பெப்பரும் கொத்தமல்லித்தழையும் போட்டுக் குடுன்னு சொன்னானோ இல்லையோ! வத்சலாவோட கையி ரெண்டும் அவள அறியாம அவ குறுக்கப் புடிச்சு நிக்கிது.

இன்னிக்கி மத்தியானம் சாப்பாட்டுக்குப் பொறவு பஞ்சாயத்து இருக்கு. பஞ்சாயத்து முடிச்ச ஒடனே முத்துநாகு கெளம்பிட்டா நல்லது. நாம என்னத்தக் கண்டோம்? ஊரப் பாத்து அவன் போறானோ? இல்ல என்னச் சுடுகாட்டுக்கு வழியனுப்பி விட்டுட்டு வாக்கரிசி போட்டுட்டுப் போகப் போறானோ?

நண்ட அவிச்சு ஆப்புரேசன் பாத்துக்குட்டு இருந்த வத்சலாவுக்கு மனசுக்குள்ள மரவட்ட ஊறுற மாதிரி ஊறுது ஒரு வார நெனப்பு. 'ஆளோட எளக்காரத்தக் கண்டா ஆவாரியும் பீவாரி அடிக்கும்'ன்னு சொலவட சொல்லுவாக. சரிதான். இவன் தங்கச்சி வீட்டுலையோ, இவன் தம்பி பொண்டாட்டி கிட்டையோப் போயி இப்புடி அதிகாரம் பண்ண முடியுமா? இன்னிக்கி நான் நல்லா இருந்தாலும் அவுக கண்ணுக்கு நான் பழைய பிச்சைக்காரிதான. அதுனாலத்தான் அதிகாரம் கொடிகட்டிப் பறக்குது.

என்னால ஒரு வாரத்துக்குத் தாக்குப் புடிக்கெ முடியலியே! இவனோட ஒரு பொம்பள 26 வருசமா, மூணு புள்ளப் பெத்துக்

குடும்பம் நடத்தி இருக்காளே! அவளுக்கு ஒரு கோயிலக் கட்டிக் கும்புடத்தான் வேணும். அப்பேர்ப்பட்ட பொண்டாட்டியே தாலியக் கெழட்டி இவன் மூஞ்சுல விட்டெறிஞ்சு இருக்குறான்னா! இந்தச் சோத்துச் சட்டிக்கிப் பெறந்த பய, அவள என்னென்ன பாடு படுத்துனானோ?

அதெல்லாம் கெடக்கட்டும். நானும் நாலு புள்ளைகளப் பெத்து வச்சிருக்கேனே, இந்த ஒரு வாரத்துல ஒரு புள்ளையையாவது தொட்டுத் தூக்கி இருப்பானா? பிள்ளைக உள்ள வீடுதானே வெளிய போயிட்டு வரும்போது ஒரு நல்லது கேட்டத வாங்கியாந்து பிள்ளைகளுக்குக் குடுப்போமுன்னு நெனச்சிருப்பானா? சொணப்பா திங்கிறதப் பாக்கணுமே! 'ஒன்னையும் குடு ஒன் எழவுக்கு வார வளையும் குடு'ன்னு. என்னவோ....! கடவுளு இனிமேல அழிச்சுப் புட்டா எழுதப் போறான் எந்தலையெழுத்த?

சாப்பாட்டு வேல முடிஞ்சு. பொக்கனி வீட்டுல பஞ்சாயத்து நடக்குது. மாமனார் வீட்டுக்குள்ள காலெடுத்து வக்கெ மாட்டா வத்சலா. வக்கெவும் முடியாது. வச்சாலோ! அவ மாமியாக்காரி தண்ணியக் கொதிக்க வச்சு மூஞ்சிலையே ஊத்தி விட்டுருவா. அது இருக்கும் எப்புடியும் 13, 14 வருசத்துப் பஞ்சாயத்து. அதத் தொறந்து விட்டா ஊரும் நாறும் ஒலகமும் நாறும்.

பஞ்சாயத்துல என்ன பேசுறாக ஏது பேசுறாகன்னு தெரிஞ்சுகுற துடிக்குது வத்சலா மனசு. வேற வழி இல்லாம தனக்குத் தானே பேசிக்கிட்டு வீட்டுக்குள்ள உக்காந்திருக்கா. பிள்ளைக பள்ளிக் கொடம் விட்டு வந்தாச்சு. ஒன்னு வீட்டுப் பாடம் எழுதுது. ஒன்னு நான் வெளிய போயி வெளையாடப் போறேன்னு கேட்டப் புடிச்சுத் தொங்குது. இன்னும் ஒன்னு தான் என்ன பண்ணுறோமுன்னே தெரியாம வீட்டுச் சாமனுகளப் போட்டு உருட்டுது. வத்சலாவுக்கு இப்போ ஒன்னும் ஓடல. அவளுக்கு ஒடம்புலதான் சிக்கல் இருந்துச்சு இப்போ மனசும் சிக்கல்ல அகப்பட்டுக்குச்சு. பஞ்சாயத்துல என்ன முடிவு வரும்முன்னு தெரியாமா அரக் கிறுக்காப் போயி, மண்டைய மண்டைய சொறியிறா.

இந்தா இந்தான்னு மணி ஆறாகிப் போச்சு. எசக்கி வீட்டுக்குள்ள வந்தான். முத்துநாகு பெட்டிய வெளிய கொண்டு போனான். வாடகக் காரு வந்து நிக்கிது அரமணி நேரமா. அதுல ஏத்துனான் பெட்டிய. முத்துநாகு பொக்கனி வீட்டுல உள்ள எல்லாருகிட்டயும் போயிட்டு வாரேன்னு சொல்லிப்புட்டு, வாசல்ல வந்து நின்ன வத்சலாவுக்கும் கையக் காட்டிப் புட்டுக் கௌம்பிட்டான். எசக்கி அவசரமா மீமிசல் வர போறான். பொண்டாட்டி என்ன நடந்துச்சுன்னு கேட்டதுக்கு, இந்தா வந்து சொல்லுறேன்னு சொல்லிப் புட்டுப் போறான்.

எசக்கி வீட்டுக்குள்ளவந்து நொழஞ்சதுமேஅவனோட செல்லு போனு எட்டுக் கட்டையில தொண்ட கிழியக் கத்துது. சரி சரின்னு சொல்லி போனக் கட் பண்ணிட்டு, பொண்டாட்டி பக்கத்துல வந்து பாவமா உக்காருறான். என்னங்க ஆச்சு?ன்னு வத்சலா கேக்கும் முன்ன எசக்கியே சொல்ல ஆரம்பிச்சான்.

போச்சு எல்லாம் போச்சு. முத்துநாகு செஞ்ச வேலைக்கி அவன வாயிலையே வெட்டணும். இவனக் கூட்டிக்கிட்டு வந்து விருந்து குடுத்துக் கவனிச்சு, புள்ள குட்டிகளோட நம்ம படுற பாட்ட படிச்சுப் படிச்சு சொன்னோமே! எல்லாத்தையும் உச்சுக் கொட்டிக் கேட்டானா! இல்லையா! இந்த கேனச்சிக்குப் பெறந்த பய. கடைசியில நம்ம தலையில மண்ண வாரி எறச்சுப்புட்டுப் போயிட்டான்டி. வத்சலாவுக்கு ஒன்னும் வெளங்கல. ஏற்கனவே அவளுக்கு தலை சுத்தா இருந்துச்சு. இப்போ ஒடம்பெல்லாம் லேசா நடுக்கம் குடுக்க ஆரம்பிச்சுடுச்சு.

முத்துநாகு, பஞ்சாயத்துப் பேச ஆரம்பிச்சதுல இருந்து கடைசி வரைக்கும் எங்க அப்பன் பொக்கனிக்கு சாதகமா மட்டுந்தான் பேசுனான்டி. இங்க நம்ம ரெண்டு பேரும் சொகுசு வாழ்க்க வாழுற மாதிரியும் எங்க அப்பனும் ஆத்தாளும் சோத்துக்கேப் பிச்ச எடுக்குற மாதிரியும் ஆத்தாடி... என்னால அவன் பேசுனதக் கேக்க முடியலடி. மாசம் மாசம் அவுக செலவுக்குன்னு 15 ஆயிரம் குடுகுறேனா! இல்லையா! இனிமேல அத 30 ஆயிரமாக் குடுக்கணுமாம். பொக்கனி வாங்கி வச்சிருக்குற கடன எல்லாம் மகனுங்குற ஸ்தானத்துல

இருந்து அடைக்கிறது என்னோட பொறுப்பாம். பொக்கனி சொல்லுறதயெல்லாம் தட்டாமக் கேட்டு நடந்துகுட்டா, அவரா விருப்பப்பட்டு வீட்ட எழுதி வப்பாறாம். அதுவும் உறுதியாச் சொல்ல முடியாதாம். அவரு விருப்பப்படி தந்தா உண்டாம் இல்லாட்டி இல்லையாம்.

என்னாப் பேச்சு பேசுறான்டி! அதக் கூடப் பொறுத்துக்கலாம். கடைசியா ஒன்னு சொன்னான்டி! இப்போ நெனச்சாலும் எனக்கு வெறிப் புடிக்கிதுடி! இனிமேலயும் சொல்லுறதுக்கு ஒரு விசயம் இருக்குதாங்குற மாதிரி ஒரு ஏத்தப் பார்வ பாக்குறா வத்சலா.

இந்தியச் சட்டத்துல ஒரு பிரிவு இருக்குதாம். அது பேரு, அதோட நம்பருலாம் மனப்பாடமாச் சொல்லுறான். அந்தப் பிரிவுக்குக் கீழ எம்மேல எங்கப்பன் ஒரு கேசு குடுத்தாப் போதுமாம். சொத்து பத்துல ஒரு பொட்டளவும் கெடைக்காதாம். அதுபோக என்னிய செயில்ல தள்ளி களி தின்ன வச்சிடுவாகலாம்.

நம்ம வீட்டுலையே தின்னு, நம்ம வீட்டுலையே தூங்கி, பொக்கனிக்கு வக்கீலா மாறி, எனக்கு எதிரா நின்னு சட்டம் பேசிப் புட்டான் அந்த சனியம் புடிச்ச பய. அவனோட ஒருவார சாப்பாட்டுக்கு ஆனா செலவ மிச்சம் பண்ணி இருந்தா, அது நமக்கு ஒரு மாசக் குடும்பச் செலவுக்கு ஆகி இருக்கும். இப்போ போகும் போது கூடப் பாரு. வாடகக் காருல போயி எறங்கிப்புட்டு காச எசக்கி தம்பிட்ட வாங்கிக்கன்னு சொல்லி அனுப்பி இருக்குறான். வேற ஒருத்தனா இருந்தா கோத்தா கொம்மான்னு திட்டவாவது முடியும். இவன் அண்ணனாவும் போயிட்டான். ஒன்னும் சொல்ல முடியல.

நான் கடைசியா அவனத்தான் நம்பி இருந்தேன் அதுவும் இப்புடி ஆகிப் போகுமுன்னு நான் நெனச்சுக் கூடப் பாக்கல. பாவம் எசக்கி. அவன அறியாம கண்ணீரு வந்து முண்டுது. பொண்டாட்டிக்குத் தெரிய வேணாமுன்னு வேட்டித் துணியில நெத்தி வேர்வ தொடக்கிற மாதிரி கண்ணத் தொடச்சுப் புட்டு பொண்டாட்டியப் பாக்குறான். அவ அழுது அழுது மூஞ்சு வீங்கிப் போயி உக்காந் திருக்கா. பொண்டாட்டி ஒன்னும் பேசக் காணோமேன்னு

அவளையே உத்து உத்துப் பாக்குறான் எசக்கி.

அவ பெருசா ஒன்னும் பேசல. 'இதுக்குத்தான் இம்புட்டுப் போராட்டமா'ன்னு கேட்டுப்புட்டு எசக்கி மடியில தலை சாச்சு கண்ணீர் விடுறா. எசக்கி ஏதும் பேசல. அந்த ரெண்டு உசுருக்கும் அப்போதைக்கு அந்த அணுக்கமும் ஆதரவும் கண்ணீரும் தேவப் பட்டுச்சு. பாவம்...

●

2
சட்டை

பேச்சு வார்த்தை முற்றிப்போனது. இன்னும் கொஞ்ச நேரம் ஆனால் சட்டை கிழிந்து சந்திக்கு வந்துவிடும் என்ற நிலையில் மீண்டும் தொடர்ந்தது சொற்சண்டை.

ஆமா உன்னையெல்லாம் நல்ல நாள் பொல்ல நாளுக்கு எவனாவது போடுவானா? வேல நாளுல ஆபீசுல போயி மேனேஜருகிட்ட கிழி வாங்கும்போதுதான் போட்டுக்கிட்டு போவான். திருவிழா, பண்டிகை, கொண்டாட்டம்முனு வந்துட்டா வண்ணம் வண்ணமா, குறுக்குக் கோடும் நெடுக்குக் கொடுமா, பூவும் எலையுமா, பாக்கெட்டும் அதுல பத்து பொத்தானுமா, நெஞ்சு மசுரும் தங்கச் சங்கிலியும் வெளிய தெரிய ஒத்தப் பித்தானத் தொறந்து விட்டுக் கிட்டு, என்னா பவுசும் பகுமானமுமா இளந்தாரிக திரியுதுக. அது தானய்யா எங்க ஒட்டு மொத்தச் சட்ட சமூகத்துக்கும் இருக்குற பெருமை.

நீ வெறும் வெள்ளைச்சட்டை. மூளி அறுதலியும் முட்டி செத்த கெழட்டுக் கொப்பறையும்தான் ஒன்னைய எடுத்து மாட்டிகிட்டு ஓவிய நடை நடக்கும். ஒனக்கெல்லாம் எம்பக்கத்துல காயிறதுக்குக்

கூட அருகதி இருக்கா? சீ தூ... வாழ்க்கையில வண்ணம் வேணாமா?

மழ வந்ததும் வானவில்லை அனுப்பி வண்ணங்காட்டுது வானம். மழக்காத்துப் பட்டதும் வண்ணத்தோக விரிச்சு வளஞ் சாடுது மயிலு. மண்ணுக்கு மேல பச்சைப் பட்டாடை போத்துனாப் புல பூரிச்சிக் கெடக்குது புல்வெளி. செடிக்கி ஒரு நெறமும் மணமும் கொணமுங் கொண்டு, நாங்க இங்கினதான் இருக்குறோமுன்னு நெறத்தைக் கொண்டு நெனச்சு நெஞ்சப் புழியுது பூந்தோட்டம். பூச்சு தொடங்கி புழுக்க வர எல்லாத்துக்கு ஒரு நெறத்தக் குடுத்துருக்குது இயற்கை. ஒனக்கெல்லாம் இது எப்புடி புரியும். வெண்ண நெறத்துல இருக்குற வெண்ணைக்கி என்னாத்தச் சொல்லி வெளங்கவைக்க முடியும். மூடிக்கிட்டு காயிற வேலையப் பாரு, இல்ல வண்ண வண்ணமா கேட்டுப்புடுவேன்.

பேசுன பேச்சுல சூடாகிப் போச்சு கலர்ச்சட்ட. ஓரத்துல சொட்டச் சொட்ட ஒழுகுது உப்புத்தண்ணி. பேசுறதப் பேசி ஓயட்டுமுன்னு காத்திருந்த வெள்ளைச் சட்டை மெதுவா பேச்சத் தொடங்குச்சு.

நீ சொன்னத முழுசா நா மறுக்கலயப்பா... கொஞ்சம் உள்வாங்கி படிச்ச சட்டையா பேசு. சில ஆளுக நூல ஒடம்புக்குக் குறுக்கப் போட்டுக்குவாக, அதுக்கு பூணூலுன்னு பேரு. அதயேன் குறுக்க மாட்டிக்கிட்டு திரியிறியன்னு கேட்டா... அது நேர்மறை சக்தியை வாங்கி ஒடம்புக்குள்ள அனுப்புதுன்னு சொல்லுறாக. அது நெசமோ பொரட்டோ எனக்குத் தெரியாது. நூல மாட்டி சாதியக் காட்டு றானோ அதுவும் எனக்குத் தெரியாது. முந்தையது உண்மைன்னு வச்சுக்கிட்டா... நூலே அத்தத்தண்டி வேலையச் செய்யும் போது, நூல நெஞ்சு சட்டையா மாட்டுனா அது எம்புட்டு வேல செய்யும். ஆனா பாரு. கோயிலுக்குள்ளே வரும்போதே சட்டையக் கெழட்டுன்னு சொல்லிடுறான். சட்டையக் கெழட்டுனா சாதி தெரியுமுன்னு நெனச்சானோ? நேர்மறை சக்தி நெறைய கிடைக்க கூடாதுன்னு நெனச்சானோ? உள்ளபடியே எனக்கு அது புடிபடல. ஆனா எனக்கு ஒன்னு மட்டும் புடிபடுது.

நூலா இருக்கும்போதே மனுசனுக்கு சக்தியக் கடத்துற பொருளா இருக்குற நாம அவனக்காட்டிலும் ஒசத்தி இல்லையா? உள்ள

போட்டாலும் வெளிய போட்டாலும் மனுச மானம் நம்ம கையில இருக்கா இல்லையா? காத்துல துணி விலகுனா கபாலத்துல கரண்டு அடிக்கும் மனுசனுக்கு. கக்கூசுக்குள்ளேயும் காரியம் பாக்கும்போது ந்தான் உடம்ப விட்டுப் பிரிச்சு வப்பான் உடுப்ப. மத்தநேரம் உடுப்ப பிரிஞ்சான்னு வச்சுக்கோ.... மனுஷ கூட்டத்துல இருந்து பிரிச்சு கிறுக்குக் கூட்டத்தோட சேத்து வச்சிடும் ஊரு. அதுனால பேசும் போது நம்ம பெருமைய விளங்கி பக்குவமான வார்த்தையப் பேசு.

வெள்ள ஒன்னும் மட்டம் இல்ல. 'வெள்ளை நிறத்தொரு பூனை'ன்னு பாரதி எழுதுன பாட்டு ஒன்னு டீவியில ஓடும்போது பீரோவுக்குள்ள இருந்து கேட்டேன். அப்புடிப் பாத்தா நானும் ஒரு நெறந்தானே! என்னோட என்னத்துக்கு மல்லுக்கு நிக்கிறே?

எல்லாத்துக்கும் ஒவ்வொரு வகையான தகுதி இருக்கு. அதுக்கு ஏத்தமாரிதான் வெலையும் இருக்கு. நான் ஒன்னுமத்ததா இருந்தா எதுக்கு 1500 ரூவா குடுத்து வாங்கி உடுக்குறான்? மிஸ்டர் ஒயிட், ராம்ராஜ் காட்டன்னு என்னத்துக்கு கூவிக்கூவி விளம்பரம் பண்ணுறான்? நல்லாத் தெரிஞ்சுக்கோ... வெள்ளச் சட்டன்னா ஒரு மருவாதி, கவுரத்தி. வெள்ளையும் சொள்ளையுமா வந்தாருன்னு சொல்லுவாக. வெள்ளுடை வேந்தருன்னு ஒரு மனுசங்களுக்குப் பட்டமே குடுத்திருக்காக. யாருக்காவது வண்ணச்சட்டை வேந்தர்னு பட்டங்குடுத்து கேள்விப் பட்டதுண்டா? வெள்ளச் சட்டங்குறது அரசியல் அடையாளமுனு ஆகிப்போச்சு நம்ம ஊருல. நம்ம நாட்டுல மத போதகர்கள் எல்லாரும் வெள்ளுடைதான் போடு றாக. கடைசியாச் சொல்லுறேன் கேட்டுக்க,

நேத்து இந்த வீட்டுப் பூச அறையில ஓடுச்சே ஒரு பாட்டு அதுலகூட 'வெள்ளைப் பட்டுடுத்தி வெள்ளைக் கமலத்தே வீற்றிருப்பாள்' அப்புடின்னு கடவுள் இருபெடம் உடுப்பு எல்லாத்தையும் வெள்ளைன்னுதான் கவிபாடுறாங்க. இதையெல்லாம் உள்வாங்கிச் சொல்லுறேன். நீ என்னக் காட்டிலும் குறைச்சலுன்னு நான் ஒருக் காலும் சொல்ல மாட்டேன். ஆனால் எனக்குன்னு தனிப் பெருமை ஒன்னு இருக்கு அதை ஒருக்காலும் நான் வீட்டுக் குடுக்க மாட்டேன்.

கஞ்சி போட்டுக் காயவெச்ச சட்டையில்லையா! கஞ்சி குடுத்தத்

தெம்புல கணக்கா பேசிமுடிச்சுசு வெள்ளச் சட்ட. மேல காஞ்சி கீழ காயாம ஒருபக்கமா வெயிலு சுட்டெரிக்க எரிச்சல்ல இருந்த கலர்ச்சட்ட கடுப்போட பேச ஆரம்பிக்கிது.

இந்த ஓவிய மசுரெல்லாம் வக்கணையா பேசுறியே! இப்போ நா ஒரு கேள்வி கேக்குறேன் பதில் சொல்லு. கேளுன்னுச்சு கலர்ச் சட்ட.

புருசனை பறிகொடுத்தவள கைம்பொண்டாட்டினு முத்திர குத்தி வெள்ளச்சட்ட, வெள்ளைப் பொடவ குடுத்து மூலையில உக்கார விடுறாகளே அப்ப எங்க போச்சு உன்னோட பெரும மசுரு? வெள்ள குடுத்தவளுக்கு ரெண்டு மொழம் மல்லிப்பூ குடுத்தா என்ன? குடுக்குறானா? மல்லிப்பூ நெறமும் வெள்ளதானே! அப்ப எங்க போச்சு ஒன்னோட நெறப்பெரும?

அமங்கலத்துக்கு அடையாளமா வெள்ளை இருக்க, நீ எங்கிட்ட வந்து நோனிப் பெரும பேசுறே... மானங்கெட்டு மகுழி பூத்துரும் மூடிக்கிட்டுப்போ அந்தாண்ட...

வந்த கடுப்புல வகதக இல்லாம கடுஞ்சொல்லுல திட்டிப்புடுச்சு கலர்ச்சட்ட. பஞ்சாரத்துக்குள்ள அடபட்ட வெடக்கோழி மாதிரி பம்மிக் கெடந்த வெள்ளச்சட்ட கொஞ்ச நேரங்கழிச்சு பையப் பேச ஆரம்பிக்கிது.

நா உன்னக் காயப்படுத்தனுமுன்னு நெனைக்கெல இருந்தாலும் ஒரு உண்மையச் சொல்லுறேன் கேளு. நீயும் நானும் வெள்ளைதான். காரணம் ரெண்டுபேரும் பெறக்கக் காரணம் பஞ்சி. பஞ்சிக்கு நெறம் வெள்ளை. பஞ்ச நூலாக்கி, நூல நெஞ்சி துணியாக்கி, துணிக்கி கலரு சேத்ததால நீ கலர் சட்டையாப் போயிட்டே. அதுனால உன்ன நாங் கொறை சொல்லல. உம்மேல உள்ளது சாயம். சாயங்குறது வேசம். வேசம் ஒருநாள் கலையும் சாயம் ஒருநாள் வெளுக்கும். சாயம் வெளுத்தா வெளுத்துப் போச்சுன்னு வெளிய எறிவானே தவிர வெள்ளன்னு சொல்லி எவனும் எடுத்து மாட்டிக்க மாட்டான். நல்லா கேட்டுக்கோ. நீ வெளுத்துபோவ வெள்ளையாப் போக மாட்டே.

குதிரையும் கழுத்தையும் சேந்தா கோவேறு கழுததான் பெறக்கும். அத எவனும் குதிரன்னு கூப்புட மாட்டான். உதாரணம் வெளங்குதா? நா ஒன்ன சிறும படுத்தல. மூலம் மாறாத நான் என்னோட பெருமையச் சொல்லுறேன்.

வெள்ளச் சட்ட பேச்ச நிறுத்துற மாதிரித் தெரியல. கலர் சட்டக்கி இன்ன கோபமுன்னு இல்ல. சூடாகிப்போச்சு. சட்டையில் இருந்த உப்புத்தண்ணி நீராவியாகிப் போறது அதுக்கே தெரியுது.

கோவப்படாம கேளு. வெள்ளையா உடுத்துன வரைக்கும் வம்பு வந்து சேரல. உடுப்புக்கு வண்ணம் போட்டாக பாரு அங்கதான் கொடும வந்து குடிகொண்டுச்சு. வண்ணம் போட்டவுகள வண்ணான்னு சாதி சொல்லி, ஊர்ச்சோத்துக்கு தட்டேந்தவிட்டு, ஊருக்கு ஒதுக்குப்புறமாவே குருசு போட்டுத் தங்கவச்சு, அவன் தொட்டுத் தொவச்ச துணியப் போடலாம். ஆனா அவனத் தொட்டாத் தீட்டுன்னு சொல்லவச்சது எது? நீ பூசி நிக்கிறியே அந்த நெறந்தான் அது. மனுசங்களுக்குள்ள ஒரு சாதி உருவாக காரணமா இருந்த இனத்துல இருந்து வந்தவன்தான் நீ. ஒன்னோட வரலாறு இப்புடிக் கெடக்க என்கிட்ட வந்து சலாம் வரிசை பாடுறே...

சாதாச் சண்ட சாதிச் சண்டையாகிப் போச்சு. காலர் பொத்தானக் கழத்திப் போட்டுட்டு வில்லன் வேசங்கட்டி நிக்கிது கலர்ச்சட்ட. கோவமுன்னாக் கோவம். கோவத்துல கழுத்துப்பட்ட கருகுது. பெருங் கொரலெடுத்துப் பேசுது கலர்ச்சட்ட.

என்னலத்தான் ஒரு சாதி உண்டாச்சா? பருத்தி வெளவிச்சவனுக்கு எப்புடி சாதிப் பேரு வந்துச்சு? துணி நெஞ்சவனுக்கு எப்புடி சாதிப் பேரு வந்துச்சு? துணிய வித்தவனுக்கு எப்புடி சாதிப் பேரு வந்துச்சு? வண்ணம் பூசாம வெள்ளைய மட்டும் தொவச்சிக் குடுத்திருந்தாலும் அவனுக்கு ஒரு சாதிப்பேரு வந்துதான் இருக்கும். என்ன... வார்த்த மட்டுந்தான் மாறியிருக்கும். இந்தமாதிரி கிருத்திருவம் புடிச்சு அலையிறனாலதான் மனுசன் செத்த பிறகு வெள்ளத்துணி சுத்திப் பொதக்கிறாக. காரணம் என்ன தெரியுமா? அடேய்! மனுசா... நீ பெருசா பெருமை பீத்திக்கிட்டு அலஞ்சியே, இந்தப் பெரும நோய் புடிச்ச வெள்ளையும் ஒருநாள் இந்த மண்ணோட மக்கித்தான்

போகும். ஒன்னோடதான் சுத்தி பொதக்கிறோம், சந்தேகமா இருந்தா சாவகாசமா பாத்துக்கன்னு ஒன்னோட பெருமை நோய்க்கு படிப்பின வச்சிருக்கான் மனுசன் தன்னோட இடுகாட்டுல. பெரும பேச வந்துடுச்சு எழவெடுத்து மொன்னநாயி. வெள்ளன்னா பெருமை யாம். வெண்குஷ்டமுன்னு ஒரு நோயிருக்கு ரொம்ப பெருமை யான நோயி. அப்புடி எவனாவது கெடச்சா அவனோட திரு மேனியாத் தழுவிக்கெட.... ஆக்கங்கெட்ட கூவ....

மூச்சு வாங்குது கலர்ச்சட்ட. சொல்ல அள்ளிவீசி சண்டைக்கி கிளம்புது வெள்ளைச்சட்ட. அந்த நேரம் பாத்துக் குறுக்க விழுகுது ஒரு கெழட்டுக் கொரலு. துணிக்கொடிய ஒட்டியிருந்த சொவத்த அண்ணாந்து பாக்குது ரெண்டு சட்டையும். சொவத்துமேல நிக்கிது சாக்கடையில பொரண்டு வந்த ஒரு கெழட்டுப் பெருச்சாளி. அய்யரவாப் போச்சு ரெண்டு சட்டைக்கும். பெருச்சாளி மட்டும் ஒருமொற ஒடம்ப சிலுப்புனா அம்புட்டுத்தான். வெள்ளைச் சட்டையில போட்ட கஞ்சியும் போயிரும், கலர் சட்டையில போட்ட கம்ஃபோர்ட்டும் போயிரும். அதுக்கப்பறம் துணிக்கி உரியவன் எடுத்துத் தொவப்பானா? தூக்கித் தூரப் போடுவானா? ஒன்னும் உறுதி சொல்ல முடியாது. பயந்து பம்முதுக சட்ட ரெண்டும். பெருச்சாளி பேசுது.

நீங்க ரெண்டுபேரும் போட்ட சண்டைய முழுசாக் கேட்டுக்குட்டுத் தான் இருந்தேன். ஒரு பெரிய உண்மையைச் சொல்லவா? என்னய்யா நல்லப் பாரு எனக்கு என்னோட மசுருதான் உடுப்பு. மனுசனுக்கு மாதிரி தனியா ஒரு உடுப்பு எங்களுக்குத் தேவப் படாது. மனுசனும் எங்களமாதிரி உடுப்போட பெறந்திருந்தா சாதிச் சண்ட வந்தே இருக்காது. இன்ன சாதிக்காரங்க மேல்சட்ட போடக் கூடாது. இன்னார் வரும்போது துண்ட எடுத்து இடுப்புல கட்டிக் கனும். இந்தமாதிரி உடுப்புப் போட்டா இன்ன சாதி. காசு பெறுமதி உள்ள உடுப்ப செல சாதிக்காரரக உடுக்கப்புடாது. செல சாதிப் பொண்ணுக தங்களோட மொலைய ஆடை போட்டு மறக்கக் கூடாதுன்னு கூட இந்த மனுச கூட்டம் சட்டம் போட்டு வச்சிருந் துச்சு தெரியுமா? இந்த உடுப்பு செஞ்ச கெடும்பக் கேட்டீகளா!

இந்த மனுசப்பய எதையெல்லாம் பயன்படுத்துறானோ அதையெல்லாம் பழுது படுத்திருவான். மாட்டுக்கு மாமிசம் குடுத்துப் பழக்குவான், ஆட்டடப் புடுச்சி மீனத் திங்க வக்கிறான். ஓணானப் புடுச்சு பீடி பிடிக்க வக்கிறான். கொரங்கப் புடிச்சி குட்டிக்கரணம் அடிக்க வக்கிறான். யானைப் புடிச்சி பிச்சையெடுக்க வக்கிறான். கரடியைப் புடிச்சி தாயத்து ஊத வைக்கிறான். காட்ட ஆண்ட மிருகத்தை எல்லாம் சர்க்கஸ் கூடாரத்துல சலங்க கட்டி ஆட விட்டுப்புட்டான். மனுசன் வளக்குற வளப்புப் பிராணிகளுக்கெல்லாம் அவனுக்கு வார எல்லா நோயையும் வர வச்சிட்டான். என்னத்தைச் சொல்ல... பஞ்ச காலத்துல எங்க வலைக்குள்ள நாங்க சேத்த சேமிப்பையும் தின்னுபுட்டு, எங்களையும் தின்னுப்புடுவான்.

பன்னியோட சேந்த கன்னுக்குட்டியும் பீயத் திங்கிறமாதிரி, மனுசனுக்கு உடுப்பா வந்து அவனோட புத்திய எடுக்கலாமா? நான்தான் ஒசத்தி, நீயெல்லாம் எனக்குக் கீழ, தன் சாதிப் பெரும, சுத்தபத்தம், தொட்டாத் தீட்டு இந்தக் கேவலங்கெட்ட எண்ணமெல்லாம் மானக்கெட்ட மனுசப் பயலுகளுக்குத்தான் வரும்.

மனிசப் பெறவி இருக்கே அது கள்ளத்துல புழுத்த புழு மாதிரி, வெள்ளத்துல ஒதுங்குன குப்ப மாதிரி. அவன் எல்லாத்துலயும் பயன் தேடுவான். ஆனா அவன் யாருக்கும் பயனா இருக்க மாட்டான். அப்பேர்ப்பட்ட மனுசனோட புத்தி வந்துருச்சே ஒங்களுக்கு. நான் ஒன்னு பன்னுறேன் பெறகு உங்களுக்கு புரியும் பல செய்தி.

சொல்லிக்கொண்டிருந்த பெருச்சாளி உடலை சிலுப்பிக்கொண்டு இரு சட்டைகள் மீதும் விழுந்து புரண்டு, தன் கூரிய பற்களால் சட்டைகளைக் கடித்துக் குதறியது. சில மணி நேரங்களுக்குப் பிறகு இரண்டு சட்டைகளும் குப்பைத் தொட்டிக்குள் கிடந்தன. ஒன்றை ஒன்று அணைத்தபடி...

●

3
நாச்சியார் முடுக்கு

அடேய்! கழிச்சல்ல நீ போவ...

நாசமாப் போவ...

ஒன்னப் பேதி பெரியம்மா கொண்டு போவ...

ஐயோ! யாரவது வாங்களேன்...

கள்ளன்... கள்ளன்...

ஐயோ! அஞ்சு பவுனு சங்கிலிய அத்துக்கிட்டு ஓடுறானே...

யாராவுது வந்து புடிங்களேன்...

சண்முகத்தாய் போட்ட கூச்சலில் நாச்சியார் முடுக்கே நடுங்கிப் போனது. சிறிது நேரத்தில் ஈ மொய்ப்பதைப் போல மனிதக் கூட்டம் மொய்க்கத் துவங்கிவிட்டது.

நண்பகல் உணவை முடித்துவிட்டுப் பாயில் படுத்து உருண்டு கொண்டிருந்த முழுத்தப் பெண்களெல்லாம் அரைகுறையாகக் கலைந்திருந்த சேலையை ஏற்றிச் செருகிக் கொண்டும் மண்டையை அழுத்திச் சொறிந்து கொண்டும் திகைத்துப் போய் வந்து நின்றார்கள். அரைகுறைத் தூக்கத்தில் இருந்ததால் என்ன நடந்

திருக்கும் என்பதை உடனே யாராலும் ஊகிக்க முடியவில்லை.

அல்வாக் கடைக்காரன் செல்வத்தின் பொண்டாட்டி குணக் கன்னிதான் முதலில் வாயைத் திறந்தாள். அவள் புருசன் விற்கும் அல்வா போன்றே அவள் சொற்களும் கடினத் தன்மையோடுதான் இருக்கும்.

‘என்னாடீ... கழுத்தறுத்த பன்னிக்குட்டி மாதிரி ஒலு ஒலுன்னு கத்திக்கிட்டு கெடக்குறே? என்னடீ ஆச்சு’ என்று கடன்காரியிடம் பேசுவது போல சடைத்துக் கொண்டே கேட்டாள்.

‘ஐயோ! அக்கா... வூட்டுக்குள்ள புழுக்கமா இருக்கேன்னு நெலப்படியில தல வச்சிப் படுத்துக் கெடந்தேன். அசந்து தூங்குன நேரத்துல கழுத்துல கெடந்த அஞ்சு பவுனு சங்கிலிய ஒரு களவாணிப்பய அத்துக்கிட்டு ஓடிட்டானே...எம் புருசன் வந்து கேட்டா நா என்ன பதில் சொல்லுறது?” ‘ஐயோ! ஐயோ! ஐயோ!’

தலையிலும் மாரிலும் ஓங்கி ஓங்கி அடித்துக் கொண்டு கூப்பாடு போட்டாள் சண்முகத்தாய். சாலையில் போய்க் கொண்டிருந்த ஆண்களெல்லாம் நாச்சியார் முடுக்கிற்குள் வந்து மண்டினார்கள். ஒரு சில ஆண்கள், திருடன் ஓடியதாகச் சொல்லப்பட்ட திசை நோக்கி ஓடினார்கள். கூட்டத்தைக் கண்ட, நண்டான் சுண்டா னெல்லாம் ஏதோ திருவிழாக் கூட்டம் என்று நினைத்து குதூகலமாய் விளையாடித் திரிந்தார்கள்.

வானவில் துணிக்கடையில் வேலை செய்து கொண்டிருந்த சண்முகத்தாயின் கணவன் ராஜவேலு, செய்தி கேட்டு பின்னங்கால் பிடரியில் அடிக்க ஓடி வந்தான். கூட்டத்தை விலக்கிவிட்டு சண்முகத்தாயின் அருகில் வந்தான். அவள் நின்ற கோலத்தைப் பார்த்தவனுக்கு வயிறு பற்றிக்கொண்டு எரிவது போல் இருந்தது.

தன்னுடைய அழகான மனைவிக்காக சிறுகச் சிறுக சேமித்துப் பார்த்துப் பார்த்து வாங்கிய சங்கிலி அது. கூடி நின்று வேடிக்கை பார்க்கும் சனத்துக்கு அது வெறும் தங்கச் சங்கிலியாகத் தோன்ற லாம். ஆனால் ராஜவேலுக்கு அது பல்லாண்டு கால உழைப்பு.

திருமணமாகி பதினைந்து ஆண்டுகளுக்குப் பிறகும் தாலியை மஞ்சள் கயிற்றில் கோர்த்துத்தான் போட்டிருந்தாள் சண்முகத்தாய். இரண்டு ஆண்டுகளுக்கு முன்பு ராஜவேலு, தான் சேமித்திருந்த மொத்த பணத்தையும் கொடுத்து அந்தச் சங்கிலியை வாங்கி, அதில் தாலியைக் கோர்த்து அவள் கழுத்தில் போட்டு விட்டான். சங்கிலி கிடைத்த நாளிலிருந்து சண்முகத்தாயின் கால்கள் நிலத்தில் பாவ வில்லை. தாலிச்சங்கிலி வெளியே தெரியும்படி போட்டுக் கொண்டு ஊரையே அலம்பித் திரிந்தாள். அதைப் பார்த்துப் பார்த்து அலுத்துப் போன பெண்களெல்லாம் அவளைத் திட்டுத் திட்டென்று திட்டி வாயாத்துப் போனார்கள்.

‘அடியேய்! போதுமுடீ...’

‘ஒலகத்துல இல்லாத ஓவிய மசுரக் கண்டுபுட்டியாக்கும்?’

‘அரக்காப்படி தண்டி இருந்துக்கிட்டு காணாததக் கண்ட மாதிரி ஒரேயடியாத்தான் ஆடுறா...’

‘அடியேய்! போடுறதுக்கு ஒடம்புல இடமில்லைன்னு பெட்டிக் குள்ள போட்டு வச்சிருக்கவ கூட இம்பூட்டுப் பவுசு காட்ட மாட்டாடீ...’

இப்படி எத்தனை வசவுகளை வாங்கிக் குவித்தாலும் அதனைக் காதில் போட்டுக் கொள்ள மாட்டாள். ராஜவேலுவுக்கும் இது ஒரு வேடிக்கையாகவே இருந்தது. ஏனென்றால் எச்சூழலிலும் தன் மனைவியை ரசிப்பவனாகவே அவன் இருந்தான். ஆனால் இப்போது நகையைப் பறிகொடுத்துவிட்டு மூளியாக நிற்கும் தன் மனைவியைப் பார்க்கச் சகிக்கவில்லை அவனால்.

சட்டென பழைய நினைவிலிருந்து மீண்டவனாகக் கண்ணைத் திறந்து பார்த்தான் ராஜவேலு. இதய அறுவைச் சிகிச்சைக்காகச் சென்னையில் ஒரு புகழ்பெற்ற மருத்துவமனையில் சேர்க்கப்பட்டு, இப்போதுதான் அறுவைச் சிகிச்சை வெற்றிகரமாக நடந்து முடிந்தது. ராஜவேலு கண் திறந்து பார்த்த கணம் அவன் கண்ணில் பட்டது சண்முகத்தாயும் அவள் கழுத்தில் கிடந்த தாலிச் சங்கிலியும்தான்.

அவன், அவள் கையைப் பற்றிக் கொண்டான். அவள் கண்ணீரால் பேசினாள். அவனுக்கு அந்த மொழி புரிந்தது. அவர்கள் இருந்த அறையின் கதவைத் திறந்து கொண்டு சில ஆட்கள் வருவது தெரிந்தது. சண்முகத்தாய் தன் முந்தானையால் கண்ணீரைத் துடைத்துக் கொண்டு திரும்பிப் பார்த்தாள். அவர்களது இரண்டு மகன்களும், மருமகள்களும் உள்ளே நுழைந்தார்கள். மூத்த மகன் கோபியும், இரண்டாவது மகன் கலைச்செல்வனும் சென்னையில் வெவ்வேறு தனியார் நிறுவனங்களில் பொறியாளர்களாக பணிபுரி கிறார்கள். இருவருக்கும் இந்த ஆண்டுதான் ஒரே மேடையில் திருமணம் நடந்தது. திருமணம் முடிந்த ஒரு வாரத்தில் சென்னை யிலேயே ஒரு வீட்டை வாடகைக்கு எடுத்து, அண்ணனும் தம்பியும் மனைவியரோடு குடியேறி விட்டார்கள்.

இராமநாதபுர மாவட்டம் தேவிபட்டினம் என்பதுதான் அவர் களுக்குச் சொந்த ஊர். இரண்டு பிள்ளைகளும் நன்றாக சம்பாதிக்கத் துவங்கியதும் ராஜவேலு செய்த முதல் காரியம் சொந்த வீடு கட்டியதுதான். ஊரே மூக்கின் மேல் விரல் வைத்து வியக்கும் அளவுக்குப் பெரிய வீடாகவும், வீட்டைப் பார்த்தவர்கள் ஒருமுறை உள்ளே சென்று பார்க்க வேண்டும் என்ற ஆசையை உண்டாக்கும் வகையிலும் அமைந்திருந்தது அந்த வீடு. ராஜவேலுக்கும் சண்முகத் தாயிக்கும் பெருமை பிடிபடவில்லை. தேவிபட்டினத்தில் கோயில் கொண்டுள்ள உலகநாயகி அம்மனுக்கு பால்குடம் எடுத்து மண் சோறு சாப்பிட்டாள் சண்முகத்தாய். பிடிபடாத இந்த மகிழ்ச்சி, மகன்கள் இருவருக்கும் திருமணமான ஏழாவது நாளே உடைந்து சுக்குநூறாகப் போனது.

மூத்தவன் கோபியிடம் கிண்டலாக விளையாடிக் கொண்டிருந்த அவன் மனைவி சங்கீதா கேட்டாள்.

'என்ன ஆச்சு? கல்யாணத்துக்கு ஒங்க அப்பா வரக்காணோம்.'

கோபிக்கு குழப்பமாக இருந்தது.

'எங்கப்பா இல்லாமயா கல்யாணம் நடந்துச்சு? என்னடி புத்தி பேதலிச்சுப் போச்சா? கிறுக்கச்சி மாதிரி பேசுறே...' என்று எரிச்சலோடு கேட்டான்.

அவள் இரகசியமான குரலில் சில செய்திகளைச் சொன்னாள். கோபியின் மூளையில் குண்டு வெடித்தது போன்று ஆகிவிட்டது. அன்றைய நாளே அண்ணனும் தம்பியும் அவரவர் மனைவியைக் கூட்டிக்கொண்டு வீட்டைவிட்டு வெளியேறினார்கள். அந்நாளி லிருந்து ராஜவேலும், சண்முகத்தாயும் அரைப் பிணமாகத்தான் வாழ்ந்தார்கள். முப்பது நாட்கள் கடந்திருக்கும். ராஜவேலுக்கு மாரடைப்பு ஏற்பட்டதால் மருத்துவமனையில் சேர்க்கப்பட்டான்.

அறைக்குள் நுழைந்த மகன்களையும், மருமகள்களையும் கண்ட சண்முகத்தாய் வாய்விட்டுக் கதறியழுதாள். ஆதரிப்பார் இல்லாத அனாதையாய்க் கண்ணீர் தன் போக்கில் வழிந்து கொண்டிருந்தது. ஆறுதலாக இரண்டு வார்த்தைகளும் அணைத்துக் கொள்ள இரு கைகளும்தான் அவளது இப்போதைய தேவையாக இருந்தது. மூத்தவன் கோபியின் கையைப் பிடித்துக்கொண்டு, ‘தம்பி... உங்கப்பாவப் பாத்தியா?’

‘ஒரு ஈ எறும்புக்குக் கூட துரோகம் நெனைக்க மாட்டாரே!’

‘இல்லன்னு கேட்டா உடுத்துன வேட்டியக்கூட கழட்டிக் குடுத்துடு வாரே!’

‘அவருக்கா இந்த நெலம வரணும்?’

‘ஆத்தா உலக நாயகி... ஏ உசுர எடுத்துக்க, எம்புருசனக் காத்துக் குடு ஆத்தா...’

மூச்சிறைக்க வாய்விட்டு அலறித் துடித்த சண்முகத்தாயைத் பலம் கொண்ட மட்டும் தன் புறங்கையால் தள்ளிவிட்டான் கோபி.

என்ன நடக்கிறது என்பது விளங்காமல் நிலைகுலைந்து, பின்னந்தலை சுவற்றில் முட்டி, சுருண்டு விழுந்தாள் சண்முகத்தாய். அதிர்ந்து போன ராஜவேலு படுக்கையிலிருந்து எழுந்து அமர்ந்து திருதிரு வென விழித்துக் கொண்டிருந்தான்.

மனம் சூழலை உள்வாங்கிக் கொள்ள முயற்சி செய்து கொண் டிருக்கும் அந்த வேளையில், கோபியின் வாயிலிருந்து கொடுந் தூசனமான வார்த்தைகள் வந்து விழுந்தன.

'சீ... நீ எம்பேரச் சொல்லிக் கூப்புடாத...'

'உன் சங்காத்தமே வேணாமுன்னுதான வீட்டவிட்டு வெளியே வந்தேன்.'

'ஒன்னப் பாத்தாப் பீயப் பாத்த மாதிரி இருக்கு.'

'எங்க அப்பாவுக்கு என்ன ஆனாலும் நாங்க பாத்துக்குவோம். நீ ஓங்கள்ள மாப்புளையோட எங்குட்டாவுது ஓடிப் போவ வேண்டியதுதான...'

'இத்தன வருசமா ஒன்னப் போயி அம்மான்னு கூப்புட்டோமே... தூ...'

முடிந்தமட்டும் அழுத்திக் காறித் துப்பினான் பெற்றவளின் முகத்தில்.

அப்போதும் அவனது வெறி அடங்கியபாடில்லை. பெருங்கோபம் கொண்டவன் நஞ்சேற்றியச் சொற்களோடு மேலும் பேசத் துவங்கினான்.

'வாழ வக்கத்துப் போன ஒரு பொம்பள வயித்துப் பொழப்புக்காக புளிய மரத்தடியில் நின்னுக்கிட்டு கைகொட்டிக் கூப்புடுறாளே அவளக் கூட மதிக்கலாம்.'

'தங்கமா வச்சுத் தாங்குற புருஷன் இருக்கும் போது, ஒனக்கு ஒடம்பு சொகத்துக்கு இன்னொரு ஆம்புள தேவப்பட்டிருக்கு. ஒன்னைய என்ன பேரு சொல்லிக் கூப்புடுறது? ஒன்னையைத்தான் தேவு...'

சொல் முழுதாக வந்து விழும் முன்பே கனத்த அறை ஒன்று கன்னத்தில் விழுந்தது.

அந்த சம்பவம் நிகழ்ந்து பத்து ஆண்டுகளுக்கு மேல் ஆகியிருக்கும். அப்போது அவர்கள் நாச்சியார் முடுக்கில் ஒரு சிறிய வீட்டில் அவர்கள் வாடகைக்கு இருந்தார்கள். ஒரு நாள் அவர்கள் வீட்டில் மட்டும் மின் இணைப்பு துண்டிக்கப்பட்டது. அதை சரிசெய்து கொடுக்க வந்தவன்தான் எலக்ட்ரீசன் அன்பரசு.

மின்சாரம் சார்ந்த வேலைகளில் தெள்ளக் கடைந்த வேலைக்காரன் என்று ஊருக்குள் பெயரெடுத்தவன் அவன். அன்றைய நண்பகலில்

வீட்டிற்குச் சாப்பிட வந்த ராஜவேலு, மின் இணைப்பு சரி செய்ய அன்பரசு வருவான் என்று சண்முகத்தாயிடம் சொல்லிவிட்டுச் சென்றான். பிள்ளைகள் இருவருக்கும் காலையிலேயே மதிய உணவைக் கட்டிக் கொடுத்து விடுவதுதான் அவளது வழக்கம். கணவனோடு சேர்ந்து தானும் உணவுண்ட சண்முகத்தாயிக்குத் தூக்கம் கண்ணைக் கட்டிக்கொண்டு வந்தது. அரைமணி நேரம் தூங்கியிருப்பாள். கதவு தட்டப்படும் ஓசை கேட்டு துடித்தெழுந் தாள். சேலையை ஒழுங்கு செய்தபடியே கதவைத் திறந்தாள்.

வெளியே அன்பரசு சிரித்த முகத்தோடு நின்றிருந்தான். அவிழ்ந்து விழுந்த கூந்தலை அள்ளி முடிந்தபடியே உள்ளே அழைத்தாள். உள்ளே சென்றவன், மின்சாரச் சிக்கல் ஏன் நேர்ந்தது என்ற சோதனைகளைத் தொடர்ந்தான். அந்நிய ஆடவன் உள்ளே இருப்பதால் கதவைத் திறந்தே வைத்திருந்தாள் சண்முகத்தாய். இருபது நிமிடங்களுக்குப் பிறகு பழுதுகளைக் கண்டுபிடித்து சரி செய்து விட்டான் அன்பரசு. ஆனால் படுக்கையறையில் இருந்த காற்றாடி மட்டும் இயங்கவில்லை. அதைச் சரி செய்ய, மரத்தால் செய்யப்பட்ட ஒரு பழைய நாற்காலியை எடுத்து அதன் மீது ஏறினான். அந்த நாற்காலியின் ஒற்றைக் கால் பழுதுபட்டிருந்தது. எனவே சண்முகத்தாய் ஓடிச்சென்று அதனைப் பிடித்துக் கொண் டாள். தற்செயலாக கீழே பார்த்தவனின் கண்கள் அவளது மார்புப் பள்ளத்துக்குள் விழுந்து மீண்டது. சண்முகத்தாயின் அழகும் அவளது நிறமும் கனத்த தனங்களும் மீண்டும் ஒருமுறை என்னைப் பார் என்று அவனை அழைப்பது போல உள்ளத்துக்குள் ஒரு வகையான கிளர்ச்சி அவனை உந்தித் தள்ளியது. நின்ற வாக்கிலே கண்களைத் தாழ்த்தி பார்வையால் அவள் தேகத்தை மேய்ந்தான். நாற்காலியை நெடு நேரமாகப் பிடித்துக் கொண்டிருந்தவள் சலிப்போடு ஒரு கணம் நிமிர்ந்து மேலே பார்த்தாள். தன்னை மறந்த ஒருவன், தன்னைப் பார்வையால் உண்டு கொண்டிருப்பதை ஓரிரு வினாடி களில் உணர்ந்தாள். நெருப்பைத் தொட்டவளாய் துணுக்குற்று நாற்காலியிலிருந்து கையை விடுவித்துக் கொண்டு ஈரடி விலகி நின்று தன் ஆடையைச் சரி செய்தாள். இதைப் பார்த்த அன்பரசு தன் பார்வையை காற்றாடியில் ஓடவிட்டான். நாற்காலி சமநிலை

இழந்து ஆடியது. தட்டுத் தடுமாறி அன்பரசு நாற்காலியிலிருந்து குதித்தான்.

அவனுக்கு அடிபட்டுவிடுமோ என்று பதறிய சண்முகத்தாய், அவனைப் பிடிப்பதற்காக அருகில் சென்றாள். குதித்ததில் விசை யோடு முன்னகர்ந்த அன்பரசனின் உடல் சண்முகத்தாயின் உடலோடு முட்ட, அவள் முதுகுப்புறம் சுவற்றோடு முட்ட; இருவரின் உடலும் பொருந்தி நின்றது புதுவகை உணர்வுகள் முட்ட முட்ட. இதிலிருந்து விடுபடச் சொல்கிறது பதப்பட்ட மனம். விட்டுவிட வேண்டாம் என்கிறது அவன் வியர்வையின் மணம். அன்பரசு எப்போதோ தன்னிலை மறந்து தன் நாமம் கெட்டுப் போனான். அவள் கொடுக்கும் ஓர் இசைவுக்காக அசைவற்றுக் காத்திருந்தான்.

காமம் என்பது இருவருக்கும் புதிதல்ல. காமம் என்ற நாட்படு தேறலை நலம்படச் சுவைத்தவர்கள்தான் இருவரும். தேறலுக்கு நெடி நாற்றம் உண்டு. ஆனால் புதுமணம் கொண்ட இந்த மதுவின் தேறல் அவள் மனதை சலனப்படுத்தியது. தன்னை அவன் பெரிதும் விரும்புகிறான், தன்னிசைவுக்காகக் காத்திருக்கிறான் என்பது அவன் அவளைப் பிடித்திருக்கும் பிடியே அவளுக்கு அறிவித்தது.

அவன் பிடித்தது அவளுக்குப் பிடித்ததால் அவன் பிடிக்கு அவள் பிடி கொடுத்தாள். தரை மீது பாயாய் விரிந்தாள் அவள். அவள் மீது போர்வையாய்ப் படர்ந்தான் அவன்.

அதிவீர ராமபாண்டியனின் கொக்கோகம் போன்ற அவள் கவியுடல் மீது பத்மதேவனாய் உருமாறி அவன் உரையெழுதினான்.

இழவு வீட்டுக்கு வந்தவர்கள் சொல்லாமல் செல்வது போல் வந்த வேலை முடிந்தது என்பதைப் போன்று வீட்டை விட்டு வெளியேறி னான் அன்பரசு.

சண்முகத்தாய்க்கு, தான் செய்தது என்ன? இதற்கு என்ன பெயர்? இது என் கணவனின் பார்வையில் துரோகம் ஆகாதா? ஊரார், உறவினர் பார்வையில் இது ஒழுக்கக் கேடாகாதா? என் பிள்ளைகளின் பார்வையின் இது அருவருப்பு ஆகாதா? இதுவெல்லாம் போக

தெய்வத்தின் பார்வையில் இது பாவம் ஆகாதா? என்று எத்தனையோ கேள்விகள் அவள் மனதில் எழுந்து கொண்டே இருந்தது.

அழுதாள், கதறினாள் அரைப் பைத்தியம் ஆகிப்போனாள். கணவனின் முகத்தைப் பார்க்கவே கூசினாள். பிள்ளைகளைப் பார்த்தாலே அவளுக்கு அழுகை வந்தது. தன்னால் இந்தப் பிள்ளைகளுக்கு நாளை கெட்ட பெயர் வந்துவிட்டால் என்ன செய்வேன்? ஒழுக்கம் கெட்டவளுக்குப் பிறந்தவர்கள் என்று இவர்களைப் பார்த்து ஊரார் பழிக்கும் நிலை வந்துவிட்டால் நான் வாழ்வதில் என்ன நியாயம் இருக்கிறது என்று விம்மிப்போனாள்.

அவள் அன்றிரவு சாப்பிடவில்லை. கணவனும் பிள்ளைகளும் என்ன ஆனது என்று கேட்டதற்கு, உடல் சோர்வாக உள்ளது என்று சொல்லிவிட்டு படுக்கையில் போய்ப் படுத்துக் கொண்டாள். அவள் அருகில் வந்து படுத்த ராஜவேலு எரிச்சலோடு ஏன் இந்தக் காற்றாடியைச் சரி செய்யவில்லையா? என்று எரிச்சலோடு கேட்டான். சண்முகத்தாய்க்கு சுருக்கென்று சுட்டது. அவள் ஒன்றும் பேசவில்லை. அவள் உறங்கிவிட்டாள் என்று நினைத்து அவனும் உறங்கிப் போனான்.

காலையில் வேலைக்குச் செல்லும்போது இன்று அன்பரசு கூலி கேட்டு வருவான் இந்த நூறு ரூபாயைக் கொடுத்துவிட்டு, அந்தக் காற்றாடியையும் சரி செய்யச் சொல் என்று சொல்லிவிட்டுச் சென்றான். சண்முகத்தாய்க்கு மனதும் உடலும் நடுங்கிக்கொண்டே இருந்தது.

காலைப் பத்து மணிக்கே வந்து கதவைத் தட்டினான் அன்பரசு. உடையிலும் தோற்றத்திலும் ஒரு மிடுக்கேறி இருந்தது அவனுக்கு. இன்று காமநூலான கொக்கோகத்தின் இரண்டாவது அத்தியாயம் துவங்குகிறது என்ற நினைவில் வீட்டுக்குள் காலெடுத்து வைத்தான். அவன் உள்ளே வந்த வேகத்தில் அவள் கதவை அடைத்துத் தாழிட்டாள். அன்பரசின் மயிர்க்கால்களெல்லாம் மலரத் துவங்கியது.

உள்ளே சென்றவன் திடுக்கிட்டுப் போனான். இப்படி ஒரு செயலை அவன் சற்றும் எதிர்பார்க்கவில்லை. அதிர்ச்சியில் உறைந்து போனான். அவள், அவன் காலைப் பிடித்துக் கொண்டு கதறி அழுதாள். சத்தம் வெளியே கேட்டுவிடக் கூடாது என்று முந்தானையை வாயில் சுருட்டி வைத்து கொண்டு, கை கால் நடுங்கத் துடித்தாள்.

அன்பரசுக்குப் பதற்றம் மேலும் கூடியது. அவனுக்கு ஒன்றும் விளங்க வில்லை. என்ன நடந்தது? ஏன் அழுகிறாள்? நாம் சிக்கிக் கொண் டோமா? இங்கு இருப்பதா? ஓடி விடுவதா? என்று குழம்பிப் போய் நின்றான் அவன். சண்முகத்தாய் பேசத் துவங்கினாள்.

'என்னைய மன்னிச்சிருங்க. ஊசி எடங்குடுக்காம நூலு நொழையாது. ஒரு நிமிசம் நான் சபலப்பட்டுட்டேன். அந்த தெய்வம் என்னய மன்னிக்காது. எம்புருசன் எனக்குக் கடவுளு மாதிரி அந்தக் கடவுளுக்கு நாம் பண்ணுன துரோகத்துக்கு எந்தப் பரிகாரமும் இல்ல. நடந்தத நீங்க யாருட்டயும் சொல்லிடாதீங்க. வெளிய தெரிஞ்சா நா கொளுத்திக்கிட்டு செத்துப் போயிருவேன். தாயில்லாப் பிள்ளைகளா எம் பிள்ளைக சந்தியில நின்னுடும். எங் குடும்பமே சின்னா பின்னமாகிப் போயிரும். 'நா மடிப்பிச்ச கேக்குறேன். என் வாழ்க்கையே ஒங்க வார்த்தையிலதான் இருக்கு. நமக்குள்ள நடந்தத யாருட்டையும் சொல்லமாட்டேன்னு சத்தியம் பண்ணிக்குடுங்க.'

அவள் அழுது ஓய்வதாகத் தெரியவில்லை. அன்பரசு நினைத்து வந்தது இனி நடக்காது என்று தெள்ளத் தெளிவாக தெரிந்து போனது. நான் யாரிடமும் மூச்சே விடமாட்டேன் என்று உறுதி யளித்துவிட்டு, காற்றாடியைச் சரி செய்துவிட்டு கிளம்புவதற்கு ஆயத்தமானான். அவனுக்குக் கூலியாகக் கொடுக்கச் சொன்ன நூறு ரூபாயை எடுத்து அன்பரசிடம் கொடுத்தாள் சண்முகத்தாய். என்ன நினைத்தானோ தெரியவில்லை பட்டென்று சொன்னான்.

'எவ்வளவு அருமையா வேல செஞ்சிருக்கேன். காலத்துக்கும் வாயக்கட்டி எவ்வளவு ஒதவி செய்யப் போறேன். வெறும் நூறு ரூபாதான் கூலியா?'

'சண்முகத்தாயி... செதுக்குறது எல்லாம் செலயா ஆகப் போறது மில்ல. செதுக்கத் தெரிஞ்சவன் எல்லாரும் பெரிய சிற்பியாகப் போறதுமில்ல. கல்லோடத் தரம், தண்டி, மேடு, பள்ளம் இதை யெல்லாம் பக்குவமா பாத்து நெளிவு சுழிவாக செதுக்கத் தெரிஞ்சவந்தான நல்ல வேலைக்காரன். என்னையப் பத்தி ஒனக்குத் தெரியாதா?'

இதற்கு மேல் அவனைப் பேசவிடக் கூடாது என்று நினைத்தவள் உள்ளே ஓடிப்போய் இரண்டு ஆயிரம் ரூபாய்த் தாள்களைக் கொண்டு வந்து கொடுத்தாள். தாளுக்கு முத்தமிட்டு, தாளை அவள் முகத்தெதிரே நீட்டி ஒரு ஊது ஊதிவிட்டுப் புறப்பட்டான். கண்ணி வெடியில் கால் வைத்து விட்டோம் எளிதில் இதிலிருந்து மீள முடியாது என்பதைத் தெளிவாக உணர்ந்தாள் சண்முகத்தாய்.

விழுங்கவும் முடியாத, கக்கவும் முடியாத பெருங்கொண்ட துன்பம் அவளைப் பற்றிக் கொண்டது. மறுநாள் நண்பகல் ஒரு மணிக்கு ராஜவேலு கடையிலிருந்து வந்து உணவு உண்டுவிட்டுப் புறப் பட்டான். இரண்டு மணிக்கு மீண்டும் கதவு தட்டப்பட்டது. திறந்து பார்த்தாள். வாய் நிறைய புன்னகையுடன் அன்பரசு நின்றிருந்தான். வீட்டுக்குள்ளே சென்றவன் நேரடியாகப் பேசத் துவங்கினான்.

'இங்க பாரு சண்முகத்தாயி... இவன் நாளும் பொழுதும் காசு கேட்டு மெரட்டியே நம்மள சாகடிக்கப் போறான்னு, என்னப் பாத்ததும் நெனச்சு இருப்ப. நான் அப்புடிப்பட்ட ஆள் இல்ல. அந்தக் கேவலமான புத்தி எனக்குக் கெடையாது.'

வெளியே சென்ற உயிரை இழுத்துப் பிடித்து உடம்போடு பொருத்தியது போல இருந்தது சண்முகத்தாயிக்கு. அவன் தொடர்ந்து பேசினான்.

'சும்மா நையி நையி கொடச்சல் குடுக்குற பழக்கம் எனக்கு இல்லவே இல்ல. ஒரு மொற செஞ்சாலும் சிறப்பா செய்யணும். அதுதான் எனக்குப் பிடிக்கும். அப்புடி செய்யத்தான் எனக்குத் தெரியும். அது எப்புடின்னு உனக்கே தெரியும்.'

அவன் சொற்கள் காது வழியே சென்று அவள் கபாலத்தைக் கடைந்தது.

'சரி... நேரடியா சொல்லுறேன். ஒரே ஒரே பொருளோட இந்த சம்பவத்துக்கு முற்றுப்புள்ளி வச்சுடலாம்.'

சண்முகத்தாய் தன் இரண்டு கையையும் நெஞ்சோடு வைத்து அணைத்துக் கொண்டு உறைந்து நின்றாள். கண்களில் நீர் மட்டும் உருகி ஓடியது.

'சீச்சீ... நீ வேற மாதிரி நெனச்சிட்டியா?'

'விருப்பம் இல்லன்னு தெரிஞ்சிட்டா தேவலோக ரம்பையா இருந்தாலும் திரும்பிப் பாக்கக் கூடாது. அவந்தான் நல்ல ஆம்புள. நா எவ்வளவு நல்லவன்னு உனக்குத் தெரியாதா சண்முகத்தாயி...'

'ஒனக்கு என்னதான் வேணுமுன்னு சொல்லு' இத்து விழுந்த குரலில் கேட்டாள் சண்முகத்தாய்.

'அப்புடிக் கேளுடி எஞ்செல்லக் குட்டி...'

'ஓங் கழுத்துல கடக்குற தங்கச் சங்கிலியக் குடு அதுக்குப் பெறகு இந்தத் தெரு மண்ணைக் கூட எங்காலு மிதிக்காது. இது எம்புள்ளைங்க மேல சத்தியம்.'

அன்பரசு சத்தியம் என்று அவளை நோக்கி குப்புறக் கவிழ்த்து நீட்டிய கையை, தன் ஒற்றைக் கையால் புரட்டினாள். மறு கையால் தாலியைக் கழற்றி அவன் கையில் வைத்தாள்.

'இனிமே என் வாழ்க்கையில உன்ன நெனச்சுக் கூடப் பாக்க மாட்டேன். இது நாம் பெத்த புள்ளைங்க மேலே சத்தியம்' என்றாள். அவன் ஸ்தம்பித்து நின்றான்.

'தாலியப் பட்டுன்னு கழட்டி தந்துட்டாளேன்னு நெனைக்கிறியா? தங்கத்தாலி போச்சுன்னா மஞ்சக்கயிறு கட்டிக்கிறலாம். ஒரு பொம்பளையப் பத்தி ஊரு தப்பா பேசுனா அதுக்கு மாத்துக் கயிறு ஒன்னும் கெடையாது. நேரா தூக்குக் கயிறுதான்' என்று சொன்னவள் வாசலை நோக்கிக் கையை நீட்டினாள்.

அவளுடைய சொல்லும் செயலும் அன்பரசை ஏதோ செய்து விட்டது. அவன் முகம் இறுகிப் போனது. இந்த சந்தர்ப்பத்தைப்

பயன்படுத்திக் கொள்ள வேண்டும் அதனைப் பணமாக்க வேண்டும் என்று தெளிந்து, தெரிந்துதான் இந்தச் செயலை அவன் செய்திருந் தாலும் இப்போது அவன் கனத்த இதயத்தை கவலைக் கரையான்கள் மொய்க்கத் துவங்கியது.

அவன் வீட்டை விட்டு வெளியேறியதுதான் தாமதம் அவள் அழுகையை நிறுத்திவிட்டு ஆழமாகச் சிந்தித்தாள். தலைக்கு வந்த சனியன் தலைப்பாகையோடு போனது. இனி நகைக்கு நியாயம் சொல்லியாக வேண்டும். பதினைந்து நிமிடங்களில் நாடகத்தை அரங்கேற்றினாள். தலைவாசல் கதவைத் திறந்து வைத்துவிட்டு நிலைப்படியில் தலைவைத்துப் படுத்தாள். சிறிது நேரம் கழித்து பட்டென எழுந்துத் தெருவுக்கு வந்து கத்தத் துவங்கினாள்.

அடேய்! கழிச்சல்ல நீ போவ...

நாசமாப் போவ...

ஒன்னப் பேதி பெரியம்மா கொண்டு போவ...

ஐயோ! யாரவது வாங்களேன்...

கள்ளன்... கள்ளன்...

ஐயோ! அஞ்சு பவுனு சங்கிலிய அத்துக்கிட்டு ஓடுறானே...

யாராவுது வந்து புடிங்களேன்...

ராஜவேலு, நகையைத் தொலைத்த தன் மனைவியை தெருவில் வைத்தே அறைந்துவிட்டான். கோபம் தணிந்தபின் அவளிடம் மன்னிப்புக் கேட்டான். இருந்தாலும் அவள் அழுகையை நிறுத்த வில்லை. மூன்று நாட்களாகியும் அவள் இயல்பு நிலைக்குத் திரும்ப வில்லை. சீட்டுப் பணத்தை எடுத்து மீண்டும் ஐந்து பவுன் செய்து தருகிறேன் என்றும் கூறிப் பார்த்தான் ராஜவேலு.

அவள் சரியாக சமைப்பதுமில்லை, உணவுண்பதில்லை, பிள்ளை களைப் பார்ப்பதில்லை, நல்ல சேலை உடுத்துவதுமில்லை, யாரோடும் சரியாகப் பேசுவதும் இல்லை. ஒரு வாரத்தில் அவள் ஓடாய்த் தேய்ந்து போனாள். அழுது அழுது கண்கள் மட்டும் பழுத்துக் கிடந்தது.

ராஜவேலு, நகையைக் கண்டுபிடித்துத் தரும்படி காவல் துறையில் புகாரளிக்கலாம் என்று எண்ணினான். ஆனால் அவனது நண்பர்கள் காவல் துறையில் புகாரளிக்க வேண்டாம் என்றும், அங்கு சென்றால் நகையின் மதிப்பைக் காட்டிலும் அதிக செலவு வைத்து விடுவார்கள் என்று கூறினார்கள்.

நகை தொலைந்த எட்டாவது நாள் காலையில் ராஜவேலு காய்கறி வாங்க மார்க்கெட்டுக்குச் சென்றான். அங்கு தற்செயலாகத் தன் பள்ளிக்கூட நண்பன் அகிலனைக் கண்டான். இருவரும் அருகி லிருந்த தேநீர்க் கடையில் அமர்ந்து பேசத் துவங்கினார்கள். அகிலன் தேவிபட்டினம் காவல் நிலையத்துக்கே பணி இடமாற்றம் வாங்கி வந்து விட்டதாகக் கூறியதும், ராஜவேலு தன் வீட்டில் நகை திருட்டுப் போன செய்தியைச் சொன்னான். இதனை வழக்காகப் பதிவு செய்யாமல் தனிப்பட்ட முறையில் கண்டறியுமாறு வேண்டிக் கொண்டான்.

அன்றிரவு அகிலன், ராஜவேலுவின் வீட்டுக்குச் சென்றான். சண்முகத்தாயிடம் நெடு நேரம் பேசினான். பக்கத்து வீடுகளிலும் விசாரித்தான். இரண்டு நாட்கள் கடந்தன. வேலை முடிந்து ராஜவேலு வீட்டுக்குள் நுழைந்தான். சண்முகத்தாய் பாயில் ஒருக்களித்துப் படுத்துக் கிடந்தாள். அவள் கையைத் தொட்ட படியே பாயில் அமர்ந்தான் ராஜவேலு. அவன் முகத்தை நேர் கொண்டு பார்க்கக் கூசியவளாய் மெல்ல எழுந்து அமர்ந்தாள். அவள் முகத்தைத் தொட்டுத் தூக்கி தன் பையில் இருந்த தங்கத் தாலியை உயர்த்திக் காட்டினான். அதை கையில் வாங்கியவள் வாய்விட்டுக் கதறி அழுதாள். அது அவள் கழற்றிக் கொடுத்த தங்கத் தாலி. ராஜவேலுக்கு நெஞ்சம் குமைந்தது. கண்ணீர் ஒழுக சண்முகத் தாயைப் பார்த்துக் கேட்டான்.

'ஏன்டீ இப்புடிப் பண்ணுனே?'

'எனக்குத் தெரிஞ்சா ஒன்ன வெறுத்து ஒதுக்கிடுவேன்னு நெனச்சியா? இவ்வளவு தானாடி நீ என்னோட வாழ்ந்த வாழ்க்க? மனுசன் வெறுத்து ஒதுக்குற நரகலும் மனுசன் வயித்துக்குள்ள இருந்து தான்டி வருது. அதுக்காக மனுசனையும் நரகலுன்னு ஒதுக்கி வச்சிர முடியுமா? தப்புன்னு ஒணர்ந்த பெறகும் தண்டிக்கிறதுக்கு இது

நீதிமன்றம் இல்லடீ, குடும்பம். இங்க பாரு... நான் சாகுங்காலம் வரைக்கும் இதப்பத்தி நான் ஒரு வார்த்த கூட பேசமாட்டேன். இது தெய்வத்து மேல ஆணை.'

'நான் ஒரு தப்பு பண்ணிட்டு ஒங்கிட்ட மனசார மன்னிப்புக் கேட்டா, நீ என்னய மன்னிக்க மாட்டியா? அது மாதிரிதான்டி இதுவும். இது நம்ம பிள்ளங்களுக்காக இல்லடி ஒனக்காக ஒனக் காக... நீ வேற நா வேறன்னு நா பிரிச்சிப் பாத்ததில்லடீ...'

அழுது அழுது ஆடை நனைய உறங்கிப் போனார்கள் இருவரும். காலம் கசப்புகளை மறக்கடித்தது. அன்பரசு மதுரையில் குடியிருப்ப தாகத் தெருவில் பேசிக்கொண்டார்கள். அன்பரசு, சண்முகத்தாய் இருவருக்குமான செய்தி கணவன் ராஜவேலு மற்றும் அகிலன் ஆகியோருக்கு மட்டும்தான் தெரியும். இதை சண்முகத்தாயின் மகன் கோபிக்குச் சொன்னது அவன் மனைவி சங்கீதா.

அகிலன் தன் மகள் சங்கீதாவை ராஜவேலுவின் மகன் கோபியைத் தவிர யாருக்கும் கொடுக்க மாட்டேன் என்று பிடிவாதமாக நின்று விட்டான். காரணம் ராஜவேலு, சண்முகத்தாயிடம் காட்டிய பரிவும் காதலும்தான். அந்த அன்பான குடும்பத்தின் சிறப்பைத் தன் மகளுக்குச் சொல்ல நினைத்தான் அகிலன். இத்தனை காலம் தன் மனைவியிடம் கூட சொல்லாத உண்மையை அவளிடம் சொல்லி, எல்லாச் சிப்பிக்குள்ளும் முத்து இருப்பதில்லை. முத்தைப் போன்ற அரிதான மனிதர்களை உறவாகப் பெறுவது அரிதினும் அரிது. என்றெல்லாம் அறிவுரை சொல்லி அனுப்பி வைத்தான். ஆனால் அவள் இந்த இடத்தில் வந்து நிறுத்திவிட்டாள்.

சண்முகத்தாயை வசைபாடிக் காறித்துப் பிய கோபியை ராஜவேலு எழுந்து வந்து அறைந்தான். அவனுக்கு மூச்சுத் திணறியது.

'அவளைப் பத்திப் பேச நீ யாருடா நாயே!' என்று முடிந்த மட்டும் குரலெடுத்துக் கத்தினான்.

இந்த ஆணாதிக்கச் சமூகம் கட்டமைத்துள்ள ஒழுக்கக் கட்டுமானத் தையும், அதனால் இந்த சமூகத்தில் ஆண்களின் மனதில் பதிந்துள்ள பழுதுகளையும் அவனால் விளக்கப்படுத்த முடியும். காரணம் அவன் ஓய்வு நேரத்தை வாசிப்புக்காக ஒதுக்குபவன். அவற்றையெல்லாம்

இங்கு எடுத்துச் சொல்லி விளங்க வைக்க அவனுக்கு மனமில்லை. அதைக்காட்டிலும் ஒரு காரணம் இருந்தது. அது என்னவென்றால் நான் சாகும் காலம் வரை அந்த சம்பவம் பற்றி பேசமாட்டேன் என்று தன் மனைவிக்கு அவன் வாக்களித்திருந்தான்.

தனது சட்டையை எடுத்து தனக்கு மாட்டிவிடச் சொன்னான். சண்முகத்தாயிடம் அவளும் அழுதுகொண்டே மாட்டிவிட்டாள்.

'சண்முகத்தாயி நம்ம போகலாம். ஒன்னைய இந்தக் கேள்வி கேட்டானேடீ... ஒன்னையக் கேட்டா என்ன? என்னையக் கேட்டா என்னடீ?... ரெண்டும் ஒன்னுதான்டீ... யாரையும் அண்டி வாழ வேணாமுடீ... கடவுளு, கை காலக் குடுத்திருக்கான். பாடுபட்டுப் பசியாறுவோம். கல்லுக்குள உள்ள தேரைக்கும் கருப்பையில இருக்குற கொழந்தைக்கும் ஆகாரம் கெடைக்க வழி செஞ்சவன்டீ கடவுளு...'

'காக்கா எச்சம் போட, காட்டுமரம் வளருதுடீ... எந்தக் காவக்காரன் தண்ணி ஊத்துனான்? நான் முன்னச் செத்தா நீ தூக்கிப்போடு. நீ முன்னச் செத்தா நான் தூக்கிப் போடுறேன். இனிமே ஒரு நிமிசம் இங்க இருக்க கூடாது போவலாம் வாடீ...' என்று மனைவியின் தோளைப் பிடித்து நடந்தார்.

தன் மகன் கோபியைப் பார்த்து இறுதியாகச் சொன்னார்.

'பொம்பள ஒழுக்கத்த அவ கவட்டுக்குள்ள பாக்குறவன் நல்ல ஆம்புளையா இருக்க மாட்டான். நீ எங்களுக்கு நல்ல மகனா நடந்துக்கல. ஒம் பொண்டாட்டிகிட்டயாவது நல்ல ஆம்புளையா நடந்துக்க...' என்று கூறிவிட்டு மனைவியோடு மருத்துவமனையை விட்டு வெளியேறினான் ராஜவேலு.

இரண்டு மகன்களும், மருமகளும் அழுது துடித்து மன்னிப்புக் கேட்டபோதும் திரும்பிப் பார்க்காமல் நடந்தான் ராஜவேலு. சண்முகத்தாய் தன் கணவனின் முகத்தை நிமிர்ந்து பார்த்தாள். அன்று தொலைந்த தாலியை கொண்டு வந்து தந்தபோது அவன் முகத்திலிருந்த அன்பும் பரிவும் அப்பிக் கிடந்தது அந்த முகத்தில்...

•

4
குற்றவாளிகள்

அது ஒரு பேரங்காடி. அவன், தனக்குத் தேவையான பொருட்கள் வாங்க அந்த ஞாயிற்றுக்கிழமை தன் நண்பன் முத்துவுடன் அங்கு சென்றிருந்தான். தேவையான பொருட்கள் என்றால் ஏதோ இன்றியமையாத பொருள் என்று நினைத்துக் கொண்டால் அது நினைத்தவர்களின் அறியாமை என்றே கூற வேண்டும்.

பத்து செண்டு போத்தல்களை எடுத்து கையில் அடித்து மோர்ந்து மோர்ந்து பார்த்து, எதுவுமே பிடிக்காமல் போக இறுதியாக, மோர்ந்து பார்க்காத ஒரு போத்தலை எடுத்துக் கொண்டான்.

அடுத்ததாக, முகத்தை மட்டும் கழுவுவதற்கு ஒரு பசையை வாங்கினான். அதில் Face wash பெரிய எழுத்துக்கள் அச்சிடப்பட்டிருந்தது. உடலில் உள்ள ஒவ்வொரு பகுதியையும் கழுவ ஒவ்வொரு வகையான பொருட்கள் சந்தைக்கு வந்தால் குளியலறையை விட்டு வெளியே வருவதே சாதனைக்குரிய செயலாகக் கருதப்படலாம் பிற்காலத்தில்.

பிறகு, சுட்டு விரல் நுனியையும், கட்டைவிரல் நுனியையும் ஒட்ட வைத்தால் ஒரு வட்டம் தெரியுமல்லவா! அந்த அளவில் ஒரு டப்பா. அதில் ஸ்ட்ரோபெரி லிப் பாம் என்று ஆங்கிலத்தில் அச்சிடப் பட்டிருந்தது. அது தூய்மையான வெண்ணையில் செய்யப்பட்ட தாம். உதட்டு வெடிப்பை உடனே நீக்கி விடுமாம். அதற்கான விலையைப் பார்த்தால் உதட்டு வெடிப்புக்கு மாறாக இதய வெடிப்புக்கு மருந்து வாங்க வேண்டியிருக்கும்.

இறுதியாக, body lotion என்ற விளம்பரப் பலகைக்குக் கீழே குவிக்கப் பட்டிருந்த போத்தல்களில் நிலைகுத்தி நின்றது அவனின் கண்கள். அவன் முத்துவிடம் சொன்னான், 'Niveaவுல ரோஸ் ஃபிளேவர்ல புதுசா ஒரு பாடி லோஷன் வந்திருக்கு. பாக்க தேங்கா எண்ணெய் மாதிரி இருக்கு. இந்த முறை இதப் பயன்படுத்திப் பார்க்கலாம்முனு நெனைக்கிறேன் நீ என்ன சொல்லுறே?' என்றான். முத்து வாயைத் திறக்கவில்லை. புறங்கையை இருமுறை ஆட்டினான். சரி என்றுதான் சொன்னான். அது, 'உன்னை மன்னித்துவிட்டேன் போ... போ... என் கண் முன்னே நிற்காதே!' என்கின்ற பாணியில் இருந்தது.

முத்து, சடைத்துக் கொண்டான் என்றால் அதற்கு அவனளவில் ஒரு நியாயம் இருந்தது. அதனைத் தனக்குள் அசைபோட்டுக் கொண்டான்.

'ஊத்தைச் சடலமடி உப்பிருந்த பாண்டமடி' என்று மட்டுமா பாடி வைத்தார்கள்.

    'உடலைச் சதையென்றும்
    உட்புறத்தைக் காயமென்றும்
    குடலில் மலமென்றும்
    குருதியிலே நாற்றமென்றும்
    சுடலைக்குப் போகின்றச் சோத்துத் துருத்தி'

என்றுமல்லவா பெரியவர்கள் பாடிவைத்தார்கள். இந்த உடலுக்கு இதுவெல்லாம் கட்டாயத் தேவையா? உடலைப் பேணினால்தான் நீண்ட காலம் இந்த உயிரைக் காவுந்து செய்து வைத்துக் கொள்ள முடியும் என்பதில் ஏதும் மாற்றுக்கருத்து இல்லை. ஆனால் மனிதர்கள் இந்த சந்தைப் பொருட்களில் சமாதியாகிப் போவதை நான் விரும்புவதில்லை.

உதடு வெடிக்கிறதா? உறங்குவதற்கு முன்பு தேங்காய் எண்ணெய் வைத்துக் கொள்ளலாம். கை கால் வரவரப்பாக உள்ளதா? அதற்கும் தேங்காய் எண்ணெய் தேய்த்துக் கொள்ளலாம். இந்தியாவின் வடமாநிலங்களில் கடுகு எண்ணெயைக் கூட தேய்த்துக் கொள்கிறார்கள்.

உடலுக்குப் போடும் சோப்பைத்தானே இத்தனைக் காலமாக முகத்துக்கும் போட்டுக் கொண்டிருந்தோம். சரி அப்படியும் இல்லா விட்டால் பாசிப்பயறு அரைத்துத் முகத்தில் தேய்த்துக்கூட குளிக்கலாம் தானே! அதற்காக முகம் கழுவ என்று தனியாக ஒரு பொருளை விலை கொடுத்து வாங்குவதென்பது, நாகரிகம் என்ற பெயரில் காசைக் கரியாக்கும் கயமை புத்தி என்பது அவனது உளக்கிடக்கை.

இருப்பினும் இதுபோன்று யார் என்ன வாங்கிப் பயன்படுத்தினாலும் அதை எதிர்த்துக் கருத்துச் சொல்ல மாட்டான் முத்து. அதற்கு இரு வேறு காரணங்கள் இருந்தன. முதலாவது காரணம், இதுவே பெண்ணாக இருந்தால் கண்ணிமையில் உள்ள முடி துவங்கி வெட்டி எறியும் நகம் வரைக்கும் ஏதாவது அலங்காரப் பொருட்கள் வாங்குவார்கள். அதற்கு இதுவே பரவாயில்லை என்று நினைப்பான். இரண்டாவது காரணம், மனிதர்கள் யாரும் ஒரு நேரம் போல் ஒரு நேரம் இருப்பதில்லை. யாருக்காவது அறிவுரை சொல்லப்போய், 'என் பணம் நான் வாங்குகிறேன். உன் வேலை மயிரைப் பார்த்துக் கொண்டு போ' என்று சொல்லிவிட்டால் மானம் பழுதுபட்டு போகுமல்லவா? இவைதான் காரணங்கள். கருத்துரைக்காத கட்டுப்பாட்டுக்கு காரணங்களை வரிசைப்படுத்த முடிகிறது என்றால் அது அனுபவத்தால் அமைந்த பாடமாக இல்லாமல் வேறெதுவாக இருக்க முடியும்.

எப்படியோ இறுதியாக தேவைப்பட்டவை அனைத்தையும் சக்கரம் பொருத்தப்பட்ட கூடையில் எடுத்துப் போட்டுக்கொண்டு, பணம் செலுத்தச் சென்றார்கள் அவனும் முத்துவும். அவர்கள் இருவருக்கும் முன்பாக ஒரு மூன்று வயதுச் சிறுவன் வழியை மறைத்தபடி நின்றிருந்தான்.

சிறுவன் என்ன செய்கிறான் என்பதை அவர்கள் இருவரும் நின்று பார்த்துக் கொண்டிருந்தார்கள். வேடிக்கை பார்த்தே பழகிய புத்தியல்லவா! அது அதன் வேலையைச் செய்து கொண்டிருந்தது.

சிறுவன் அங்கிருந்த பழச்சாற்றுப் பெட்டி ஒன்றை எடுத்தான். அருகில் இருந்த உறிஞ்சிக் குழாய் ஒன்றையும் எடுத்தான். பழச்சாற்றுப் பெட்டியில் உறிஞ்சியை வைத்து துளையிடும் இடம் பார்த்து அழுத்தித் துளைத்து உள்ளே தள்ளினான். அதே வேகத்தில் மறுமுனையில் வாய் வைத்து உறிஞ்சிக் குடிக்கத் துவங்கிவிட்டான்.

அவனும் முத்துவும் காணாத நாய் கஞ்சைக் கண்டது போல் விழி விலகாமல் பார்த்துக் கொண்டிருந்தார்கள். சிறுவனின் தந்தை, அவனுக்கும் முத்துவுக்கும் பின்னால்தான் நின்றிருந்தார். அவர் குழந்தையைக் கவனிக்கவே இல்லை. அவர், சில காய்கறிகளை அமுக்கிப் பார்ப்பதும் பிதுக்கிப் பார்ப்பதுமாக நின்றிருந்தார். காய்கறிகளுடன் மல்யுத்தம் மட்டும்தான் அவர் செய்யவில்லை. அவர் படுத்திய பாட்டுக்கு காய்கறிகளுக்கு வாய் இருந்தால் வகைதகை இல்லாத வசைச் சொற்களை உமிழ்ந்திருக்கும்.

சிறுவன் செய்த செயலை எப்படியாவது அவன் தந்தையிடம் தெரிவித்தே ஆகவேண்டும் என்ற மாட்சிமை பொருந்திய எண்ணத்தில், முகமெல்லாம் பல்லாய் இளித்துக் கொண்டிருந்தான் முத்து. தந்தையும் மகனும் ஒரே நேரத்தில் தன்னைப் பார்க்க வேண்டும் என்ற உயரிய குறிக்கோளோடு இருவருக்கும் இடையே குறுக்கு வசமாய் நின்றான்.

இப்போது என்ன சொல்வது? இச்செய்தியை சிறுவனின் தந்தைக்கு எப்படித் தெரிவிப்பது? கடுமையான சொற்களைப் பயன்படுத்தி னால் வம்பு வந்து சேர்ந்துவிடும். பகடியோடு தெரிவித்தால் சிலருக்கு கோபம் வந்துவிடும். அதன் மூலமும் வம்பு வந்து சேர்ந்துவிடும். அவ்வளவு பொறுப்புணர்ச்சியோடு இதை எதிர்கொள்ள முத்து ஒன்றும் அந்தக் கடையின் முதலாளியோ தொழிலாளியோ அல்ல. ஆனால் இதைச் சிறுவனின் தந்தைக்குத் தெரிவிக்காமல் கடந்து செல்வது என்பது முத்துவால் முடியாத செயல். காரணம் என்ன வென்றால் அது அவன் பிறவி குணம்.

அவனைப் பற்றி மற்றவர்கள் பேசுவதை அவன் விரும்புவதில்லை. ஆனால் அவன் மற்றவர்கள் பற்றிப் பேசாமல் இருந்ததில்லை. வேலை பார்க்கும் இடத்தில்கூட அவன் தனது காதுகளை மற்றவர்களின் வாய்க்கு வாடகைக்கு விட்டுவிடுவான். தேவையான செய்தி, தேவையில்லாத செய்தி என்று பிரித்துப் பார்க்கும் தன்மை முத்துவுக்கு இல்லை. காதில் விழும் அனைத்துமே அவனுக்கான செய்தியாக எடுத்துக் கொள்வான்.

மலம் கழிக்கவென்று வீட்டில் தனியாக ஒரு கழிவறை உள்ளது. ஆனால் சில மனிதர்கள் காதுகளைக் கழிவறையாக்கி கூடவே சுமந்து திரிகிறார்கள். அப்பேற்பட்ட இனக்குழுமத்தில் முத்து ஒரு முக்கியப் பிரமுகர்.

ஆனால் முத்துவின் செயல்களையும் அங்கு நடந்து கொண்டிருந்த நிகழ்வுகளையும் பார்த்துக் கொண்டிருந்த அவனுக்குப் பெரிதாக எண்ணங்கள் ஏதும் ஓடவில்லை. இதுவெல்லாம் நேர விரயம் என்பது போலப் பார்த்துக் கொண்டிருந்தான்.

தந்தைக்கும் மகனுக்கும் இடையே நின்ற முத்து, சிரித்தபடி உரத்த குரலில் சிறுவனிடம் பேசினான். இத்தனை நேரம் சிந்தனையில் உதித்தக் கருத்துக்களுக்கெல்லாம் சொல் வடிவம் கொடுத்து அம்பறாத்தூணியில் அம்பை எடுத்து வில்லில் பூட்டியது போன்று சொல்லைப் பூட்டி குரலென்னும் நாணிழுத்து ஏவினான்.

’என்னடா தம்பி! பில்லு போடாமலேயே எடுத்துக் குடிச்சுட்டியா?’ என்றவன், சிறுவனின் தந்தையின் பக்கம் திரும்பிப் பார்த்தான். அவர் காய்கறிகளுடன் களி நடனம் புரிந்து கொண்டிருந்தார். முத்துவின் குரலை அவர் கவனிக்கவே இல்லை. முதற்போர்ச் சருக்கம் தோல்வியில் முடிந்தது. முத்து இதற்கெல்லாம் துவண்டு போகும் ஆள் இல்லை. இரண்டாம் போர்ச் சருக்கத்துக்கு ஆயத்தம் ஆனான்.

நகலெடுத்த எழுத்துக்கள் மூலத்தை விட சற்று தெளிவில்லாமல்தான் இருக்கும். ஒரு முறைப் பாடிய பாடலை இன்னொரு முறை அதே போன்று எவராலும் பாடமுடியாது. ஏதாவது ஒரு நூலிழையில்

குறையும் நிறையும் வந்தே தீரும். இந்த எடுகோள்கள் எவையும் முத்துவுக்கு பக்கத்தில் கூட அண்ட முடியாது. முதல் முறை எப்படி வினவினானோ அதேபோன்ற தொனியில், அதே ஒலியில், அதே சிரிப்போடு மீண்டும் சிறுவனை நோக்கிக் கேட்டான்.

'என்னடா தம்பி! பில்லு போடாமலேயே எடுத்துக் குடிச் சுட்டியா?' இந்த முறை மாதா கோயில் மணியோசை போன்று தெளிவாகக் கேட்டது சிறுவனின் தந்தைக்கு. தன் மகனைப் பற்றித் தான் யாரோ கூறுகிறார்கள் என உணர்ந்த தந்தை, மகனின் அருகில் வந்தார் சொல் வேகத்தில். முத்து, அவனுக்குப் பக்கத்தில் வந்து நின்று கொண்டான். இருவருக்கும் இப்போது என்ன நிகழும் என்ற ஆவல், பொங்கிப் புளகாங்கிதப்பட்டு விம்மி வெடித்துக் கொண்டி ருந்தது.

சிறுவனின் தந்தை, வந்த வேகத்தில் சிறுவனை அடித்து விடுவார் என்ற எண்ணம் இருவருக்கும் ஏற்பட்ட நொடியில், வேகமாக வந்த தந்தை சிறுவனின் கையிலிருந்த குளிர்பானப் பெட்டியை வெடுக் கெனப் பிடுங்கி தலைமேல் உயர்த்தி அதன் விலையைப் பார்த்தார்.

முத்து சிரித்துக்கொண்டே தான் வாங்கியப் பொருட்களுக்கு பணம் செலுத்தப் போனான். ஆனால் அவன், அந்த இடத்திலிருந்து தலையைத் தொங்கப் போட்டுக்கொண்டு ஏதோ குற்ற உணர்வோடு நடந்தான். அவனுக்கு சொற்கள் செத்துப் போனது. மனதிற்குள் பலவகையான சிந்தனைகள் வந்துபோனது.

பொருளுக்குப் பணம் செலுத்தும் இடத்தில் பணம் செலுத்திவிட்டு, வாங்கியப் பொருட்களை ஒரு பையில் போட்டுக்கொண்டு வெளியே செல்ல முயலும்போது அவர்களின் எதிரே வீறுநடை போட்டு நடந்து வந்தார் சிறுவனின் தந்தை. சிறுவன் உறிஞ்சிக் குடித்துக் கொண்டிருந்த குளிர்பானப் பெட்டி அதே உறிஞ்சியோடு அவர் வாயில் இருந்தது. பெட்டியின் அடிவாரத்தில் உறைந்து கிடந்த கடைசிச் சொட்டையும் உரத்த சத்தத்துடன் உறிஞ்சியபடி நடந்து வந்தார். இதைப் பார்த்த நண்பர்கள் இருவரும் ஒருவர் முகத்தை ஒருவர் பார்த்து சிரித்துக் கொண்டே அங்கிருந்து வெளியேறி னார்கள்.

இரு சக்கர வாகனத்தை முத்து ஓட்ட அவன், அவன் பின்னே அமர்ந்து வாங்கிய பொருட்களை மடியில் வைத்தபடி புறப் பட்டார்கள். 25 நிமிடப் பயணத்தில் இருவரும் ஒன்றும் பேசிக் கொள்ளவில்லை. ஆனால் அவன் மனம் அவனோடு கடுமையாகத் தர்க்கம் செய்யத் துவங்கியது.

பெரும்பான்மையான மனிதர்களின் கண்கள் கருணை சுமந்த கண்கள் அல்ல. வேடிக்கை பார்ப்பதற்காகவே படைக்கப்பட்ட பகடிக் கண்களாகவே பயன்படுத்தப்படுகின்றன.

கிடைப்பதையெல்லாம் மேய்ந்து கொண்டு துள்ளித் திரியும் வெள்ளாடுகளுக்கும் மனிதனின் குழந்தைப் பருவத்திற்கும் பெருத்த வேறுபாடுகள் இல்லை. இன்னும் சொல்லப்போனால் ‘பெண் பிள்ளைப் பிறந்துள்ளாள்’ ‘ஆண் பிள்ளைப் பிறந்திருக்கிறான்’ என்று யாரும் ‘பால் விகுதி’ கொடுத்துச் சொல்வதில்லை. ‘பிறந்துள்ளது’ என்று ஏதோ அஃறிணையைச் சொல்வது போலத்தான் மனிதன் பேசுகிறான். காரணம், மனம் என்ற அறிவுக்கருவி இயங்கித் தானாக செயல்படாதவரை அது மானுடக் குழந்தையே ஆயினும் அது அஃறிணைதான்.

அப்படிப் பார்த்தால், பிழையெது சரியெது என்று அறியாத ஒரு குழந்தை அந்தக் குளிர்பானத்தை எடுத்துக் குடிக்கும் போது அதனைத் தடுத்து, ‘உன் தந்தையிடம் சென்று இதை வாங்கித் தரச் சொல்லிக் கேள்’ என்று சொல்லியிருக்க வேண்டும். அதைச் செய்யாமல் நடப்பதை வேடிக்கை பார்த்து இரசித்துக் கொண்டிருந்த உன் கீழான பார்வையை என்னென்று சொல்வது?

அதைவிட முக்கியமான ஒன்று அச்சிறுவனுக்கு ஏதாவது ஒவ்வாமை நோய் இருந்து, அந்த பானத்தைக் குடித்ததால் அவன் உடலுக்கு ஏதாவது பாதிப்பு வந்துவிடுமேயாயின் அந்தப் பாவத்துக்கு உடந்தை யாக, இரு விழி சாட்சியாக, நெட்டை மரம் போன்று நின்று வேடிக்கை பார்த்த உன் காருண்யமில்லாத கண்களால் என்ன பயன்?

அச்சிறுவனின் இடத்தில் நீ பெற்ற மகன் இருந்திருந்தால் உன் மனநிலை எப்படி இருந்திருக்கும் என்று எண்ணிப் பார்க்கத் தவறிய

இந்தப் பிறழ்வு மனநிலையை என்ன பெயரிட்டு அழைப்பது?

இன்னுமொன்று, சிறுவனின் தந்தை ஓடி வந்து குளிர்பானப் பெட்டியில் விலை பார்த்ததற்கு ஓர் ஈனச்சிரிப்புச் சிரித்தாயே! உள்ளபடி உளமார உண்மையாகச் சிந்தித்துப் பார்! அச்சிறுவன் விலையுயர்ந்த ஒரு பானத்தை எடுத்துக் குடித்து, அதற்கானத் தொகை அவன் தந்தையிடம் இல்லாமல் போயிருந்தால், பொது இடத்தில் அந்த மனிதன் கூனிக் குருகிப் போயிருக்க மாட்டானா? குழந்தையைக் கூட்டி வந்து இப்படி நூதனத் திருட்டில் ஈடுபட்டுக் கொண்டுள்ளாயா? என்று நரம்பில்லாத எவனது நாக்காவது நச்சுச் சொற்களை உமிழ்ந்திருந்தால்?

அதுகூட இருக்கட்டும் சிறுவன் குடித்த பானத்தை அவன் தந்தை குடிப்பதைப் பார்த்து ஓர் ஏளனச்சிரிப்பு சிரித்தாயே! உனக்கு எவ்வளவு உறுப்புக் கொழுப்பு இருக்க வேண்டும்.

அது குளிர் பானம். அது எவ்வளவு சில்லென்று இருக்குமென்று உனக்கே நன்கு தெரியும். வயது முதிர்ந்த தட்டியமான எருமை மாட்டை ஒத்த ஆட்கள் கூட அவ்வளவு குளிரான பானத்தைக் குடித்தால் மூக்கடைப்பு, தொண்டைவலி, மூக்குச்சளி, காய்ச்சல், இருமல் என்று DTS வசதி கொண்ட திரையரங்கம் போல விடிய விடியப் பெருஞ்சத்தத்தோடு இருமிக்கொண்டிருப்பான். நிலைமை இப்படியிருக்கும் போது, அந்த சிறுவனை அப்பானத்தை முழுமை யாகக் குடிக்கவிட்டால் அவனுக்கு உடல் நலக்குறை ஏதாவது வந்து சேராதா? ஆதலால்தான் அதை வாங்கி அவன் தந்தை குடிக்கிறான். இதில் சிரிக்க என்ன இருக்கிறது?

நீ மட்டுமல்ல உன்னைப் போன்று உந்த உலகத்தில் எத்தனை வேடிக்கை மனிதர்கள் வாழ்கிறார்கள். நீங்களெல்லாம் சமூகக் குற்றவாளிகள்.

அறிவை விரிவு செய்து அகண்டமாக்கி விசாலப் பார்வையால் மக்களை விழுங்கும் அன்பும் அறமுமற்றப் பொட்டுப் பூச்சிகள், புன்மைத் தேரைகள், வினைச் சுமைகள், விழாப் பிணங்கள்.

தன்னைப் போன்று பிறர் மீதும் நேயம் கொள்ள மறந்து போன - மரத்துப்போன மன நோயாளிகள்.

சீல் பிடித்தச் சிந்தனைக்குச் சொந்தக்காரர்கள். புண்ணை நக்கிப் போட்டதை விழுங்கும் உண்ணி நாய்களுக்கும் உங்களுக்கும் எள்ளின் முனையளவேனும் வேறுபாடு உண்டா?

பயிருக்கு வாடிய அருளாளர்கள் வாழ்த்த மண்ணில், இன்னோர் உயிருக்கு வாடாத சப்பாணிகளாய் வாழ்வதில் பெருமை என்ன?

பிறரைப் பற்றிய அனுமானங்களில் மனித மனம் தவறிழைக்கலாம். லாம் எல்லாம் இல்லை தவறிழைக்கும். ஆனால் தன்னைப் பற்றியத் திறனாய்வில் எவன் மனமும் தவறிழைக்காது. உள்ளதை உள்ள படியே எடுத்துரைத்து விடும். அதிலும் சிலர், தன் உள்ளத்தில் உள்ளதை வாய்மொழியாக்கும் போது தலைகீழாக மாற்றி விடுவான். ஆனால் அவன், தன் மனம் எழுப்பிய திறனாய்வுகளையும் தர்க்கங்களையும் வசவுகளையும் அப்படியே ஏற்றுக்கொண்டான். அன்றிரவு உணவுண்ணாமல் உறங்கச் சென்றான். நாளைய விடியல் புதிய வெளிச்சம் கொண்ட ஒரு மனிதனைப் பிரசவிக்கும் என்ற நம்பிக்கையோடு.

●

5
தற்கொலை குறிப்பு

நாற்பது தூக்க மாத்திரைகள், ஆரஞ்சு ஓட்க்கா ஒரு பாட்டில், இரண்டு பாட்டில் சோடா, காலம் கடந்தாலும் கன்னிகழியாத ஒரு பழைய டைரி, அலுவலகத்தில் யாரோ பயன்படுத்தி, இப்போது என் பயன்பாட்டுக்கு வந்துள்ள ஒரு பழைய பேனா, குளித்து விட்டு புத்தாடை அணிந்து கொண்டு புத்துணர்ச்சியுடன் நான். இதுதான் நான் அமர்ந்து எழுதத் துவங்கும் சூழல்.

பொதுவாகத் தற்கொலைக்கு முன்பு எழுதப்படும் கடிதங்களில் மேற்கண்ட குறிப்புகளை நீங்கள் கண்டிருக்க முடியாது. என்ன இது புதுமை? என்று உங்களுக்கு நினைக்கத் தோன்றும். எனக்கும் அப்படித்தான் தோன்றியது. ஆனால் அதற்கு ஒரு காரணம் உண்டு.

அதுவாகப்பட்டது யாதென்று வினவு தீராயின்... ஐயோ! முந்தைய வரியை நீக்கிவிடலாம். தமிழ்நாட்டில் தமிழர்கள் தமிழ் கற்பதே அரிது. இதில் கடுந்தமிழ்ச் சொற்களைப் பயன்படுத்தினால் ஏதோ கவிதை எழுதியுள்ளான் என்று கடந்து போய் விடுவார்கள்.

பொதுவாக தற்கொலை முடிவு என்பது மனம் வெறுத்துப் போகும் அந்த நொடியில் துளிர்ப்பது. அந்நேரத்தில் அதன் காரணத்தை எழுத

வேண்டும் என்ற எண்ணம் பெரும்பாலான மாந்தர்களுக்கு இருப்ப தில்லை. அப்படியே எழுதினாலும் சுருக்கமான கனத்த சொற்களில் தன் மனக்குமைச்சலை வெளிப்படுத்துவதுதான் உலக வழக்கு. ஆனால் அதுபோன்ற துர்பாக்கிய நிலை எனக்கு நேரவில்லை.

நான், என் தற்கொலைக்காக நிரம்ப உழைத்திருக்கிறேன். அதைத்தான் முதலில் எழுத வேண்டும் என்று நினைத்தேன். என்ன செய்தேன் தெரியுமா?

எலும்பு முறிவுக்காக மருத்துவர் எழுதிக் கொடுக்கும் மருந்துக் குறிப்பு ஒன்றை இணையத்திலிருந்து பதிவிறக்கம் செய்தேன். அது ஆந்திர மாநிலத்தின் ஒரு மருத்துவமனையைச் சார்ந்தது. அதில் எழுதப்பட்டிருந்த ஐந்து வகையான மாத்திரைகளில் தூக்க மாத்திரையும் ஒன்று என்பதை இணையத்திலேயே படித்து அறிந்து கொண்டேன். என் நண்பன் ஒருவனிடம் வேறு ஒரு தாளில் மருத்துவர் கிறுக்குவது போல எழுதி வாங்கிக் கொண்டேன்.

எப்போதும் எனக்கு ஒரு ஐயம் உண்டு. புரியும் வகையில் எழுதத் தெரியாதவர்கள்தான் மருத்துவர் ஆகிறார்களா? மருத்துவரான பிறகு இப்படி எழுதக் கற்றுக் கொள்கிறார்களா? சரி சனியனை விட்டுத் தொலைவோம்.

இப்போது இணையத்தில் எடுத்த மருந்துச் சீட்டும் உள்ளது. தனியாக எழுதப்பட்ட மருந்துப் பட்டியலும் உள்ளது. அவை இரண்டையும் புகைப்படம் மாற்றும் செயலியைப் பயன்படுத்தி உண்மையான மருந்துச் சீட்டு போன்ற ஒரு போலியைத் தயார் செய்து, அதை ஒரு பிரிண்டும் எடுத்துக் கொண்டேன். அக்கம் பக்கத்து மருந்தகங்களில் இதைக் காட்டினால் ஐயம் வந்துவிடும் என்பதற்காக, வேலை முடிந்த பிறகு இருபது, முப்பது நிமிடம் பேருந்தில் பயணப்பட்டு அப்பகுதி களில் உள்ள மருந்தகங்களில் எல்லா மாத்திரைகளில் பத்து, பத்து வாங்குவேன். சில மருந்தகங்களில் தர மறுத்தும் உள்ளார்கள். சிலர் குறைவான மாத்திரைகள் தருவார்கள்.

அந்த நேரங்களில் நான் தமிழ் பேச மாட்டேன். ஹிந்தி அல்லது தெலுங்கில் மட்டுமே பேசுவேன். ஏதோ வேறு மாநிலத்துக்காரன்

என்ற ஒரு பரிவு அவர்கள் கண்ணில் இருப்பதை நான் பார்த்துள்ளேன். இப்படியே ஐந்து நாட்கள் ஓடியது. ஆறாவது நாள் ஒரு மருந்தகத்தில் சென்று கேட்டபோது அவர் அந்தச் சீட்டையும் என்னையும் பார்த்த பார்வை இருக்கிறதே... அதை இப்போது நினைத்தாலும் அடச்சீ... அம்மணமாய் நிற்பது போலவும், உடலெல்லாம் மண்புழு ஊர்வது போலவும் அருவருப்பாய் உள்ளது.

அது கிடக்கட்டும்! சொல்லும் செயலும் ஒன்றாக இருக்க வேண்டும் என்று சொல்வார்கள். நான் சொல்லுக்குள் மட்டும் சுழன்று கொண்டுள்ளேன் இன்னும் செயலில் இறங்கவில்லை. இப்போது இரண்டு தூக்க மாத்திரைகளை மட்டும் போட்டுக் கொண்டேன். சரக்கு பாட்டிலைத் திறக்க முடியவில்லை. அதைப் பிறகு பார்த்துக் கொள்ளலாம். கொஞ்ச நேரம் எழுதுகிறேன்.

தமிழ்ச் சொற்களில் எனக்கு மிகப் பிடித்த ஒற்றைச் சொல் 'தற்கொலை' என்ற இந்த நுட்பமான சொல் மட்டுமே. அதற்குக் காரணம் உண்டு. கொலை செய்வதும், கொலை செய்ய முயல்வதும் சட்டப்படி தண்டனைக்குரிய குற்றம் என்கிறது ஐபிசி பிரிவு 300, 307. அதே போன்று தற்கொலை செய்து கொள்ள முயற்சிப்பதும் குற்றம் என்கிறது ஐபிசி பிரிவு 309. ஆனால் இதனை 'தன் + கொலை = தற்கொலை' என்ற இந்த ஒற்றைச் சொல்லிலேயே தமிழ்மொழி உணர்த்துகிறது பாருங்களேன்.

கொலை என்பது குற்றம் என்றால் தன்னை மாய்த்துக் கொள்வதும் குற்றம் என்பதனை உணர்த்த, அதனை அச்சொல்லிலேயேப் பொதித்து வைத்தான் தமிழன். ஆங்கிலத்தில் வேறு வேறு சொற்கள் உண்டு (Murder, Suicide). இந்திய மொழிகள் பலவற்றிலும் ஹாத்யா - கொலை, ஆத்மஹாத்யா - தற்கொலை என்ற பயன்பாடு உண்டு. இதில் ஆத்மா என்பதை உயிர் என்று பொருள் கொண்டால் அது யாருடைய உயிர் என்ற வினா தொக்கியே நிற்கிறது. ஆனால் தமிழ் மொழி எச்சொல்லிலும் சோடை போகாதது என்பதற்கு இதையும் ஒரு சான்றாக நான் கருதுவதுண்டு.

இந்த உலகில் வாழ்ந்துவிட்டுச் செத்தவனை விட வாழும்போதே செத்தவன்தான் அதிகம். இன்னும் சொல்ல வேண்டுமானால், தான்

விரும்பியது கிடைக்கவில்லையே என்று ஏக்கப்பட்டு, மனதளவில் பாதிக்கப்பட்டு, உழைத்து ஓடாய்ப்போய் உயிர்ச் சூம்பிப் போனவன் எத்தனை எத்தனையோ. இது ஒருபுறம் இப்படியென்றால் மறுபுறத்தைச் சொல்கிறேன் கேளுங்களேன்.

'ஸைபீரியப் பனியில் நடனக் காலணியுடன்' என்று ஒரு தன் வரலாறு புத்தகம் உள்ளது. எழுத்தாளர் பெயர் ஸான்டரா கால்னியடே. அதில் அவர், தன் தாய் தந்தையின் வாழ்க்கை எப்படி இருந்தது என்பதைக் குறிப்பிடுகிறார். உண்பதற்கு உணவின்றி மனித மலத்தில் செரிக்காமல் வெளியேறிய ஆலிவ் கொட்டைகளை எடுத்துத் தூய்மை செய்து அதை அவர்கள் உணவாக்கிக் கொள் கிறார்கள். அச்சூழலில் காதலித்துத் திருமணம் செய்து ஒரு பெண் குழந்தையையும் பெற்றுக் கொள்கிறார்கள். அந்தக் குழந்தை வளர்ந்து வந்து அப்புத்தகத்தை எழுதியுள்ளது. இது உங்களுக்கு ஒரு செய்தியாக மட்டும் இருக்கலாம். ஆனால் மேற்கூறிய செய்திகள் அனைத்தும் என் வாழ்வில் பல சாளரங்களைத் திறந்து வைத்தது.

'திறந்து வைத்தது' என்று எழுதிய பிறகுதான் எனக்கு நினைவு வருகிறது. ஓட்க்கா மூடியை இன்னொரு முறை திறந்து பார்த்து விட்டு வருகிறேன்.

ம்ம்ம்...ஹ்ஹ்ம்... இந்தத் தொண்டைச் செருமலை எப்படி எழுத்தாக்குவது என்று தெரியவில்லை. சரக்கு தொண்டையைக் கவ்வுகிறது.

ம்ம்ம்...ஹ்ஹ்ம்... ஒலிதான் மொழியானது. ஆனால் எல்லா ஒலி களும் மொழியாகி விடுமா? கவிப்பேரரசுதான் நினைவுக்கு வருகிறார்.

மொழியாய் முதிந்தது ஒலி
கவியாய் முதிந்தது மொழி
ஏதுவாய் முதிரும் கவி?

ஆம் இது உண்மைதான். ஆனால் அதே கவிதையில் இறுதியாக

கேள்விகள் நல்லவை
சூனியத்தில் பூப்பூப்பவை
வாழ்வைச் சலிக்க விடாதவை

என்று எழுதுகிறாரே இதை ஒப்புக்கொள்ள முடியுமா?

இந்த நாட்டில் ஆளும் வர்க்கத்தைச் சுட்டு விரலால் சுட்டிக் காட்டினாலே சுட்டு விடுகிறார்கள். இல்லாவிட்டால் இல்லாத வழக்குகளை எல்லாம் இடிபோல இறங்கி விடுகிறார்கள். சூழல் இப்படி இருக்க 'கேள்விகள் நல்லவை' என்று என்னால் ஒப்புக் கொள்ள முடியவில்லை. உங்களுக்கு?

ஒப்புக் கொள்கிறீர்களோ இல்லையோ எனக்குக் கேட்பதற்கு எத்தனையோ கேள்விகள் உள்ளன.

சாதிகள் இல்லையடி பாப்பா என்று பாடிய பாரதி வெறும் வாய்ச் சொல்லில் மட்டும் வீரன் அல்லன். அவன் அப்படித்தான் வாழ்ந்தும் காட்டினான். அதில் எனக்கு எந்த ஐயப்பாடும் இல்லை. ஆனால் விடுதலைப்பாட்டு பாடும் போது 'பறையருக்கும் இங்கு தீயர் புலையருக்கும் விடுதலை' என்று ஏன் பாடினான்? புலையர் என்று சொல்ல வந்தவன் 'தீயர் புலையர்' என்று பாட வேண்டிய தேவை என்ன? புலையர்களைக் கண்டால் உடனே சென்று குளிக்க வேண்டும் என்றுரைக்கும் வைதீக ஆசாரம்தான் காரணமாக இருக்குமா? அடுத்ததாக இந்த ஔவையைப் பாருங்களேன்.

சாதி இரண்டொழிய வேறில்லை சாற்றுங்கால்
நீதி வழுவா நெறிமுறையின் – மேதினியில்
இட்டார் பெரியோர் இடாதார் இழிகுலத்தோர்
பட்டாங்கில் உள்ள படி *- (நல்வழி-02)*

இப்படி நல்வழியில் பாடிய ஔவை அடுத்ததாக மூதுரையில் இப்படிப் பாடுகிறாள்.

நீர் அளவே ஆகுமாம் நீர் ஆம்பல்; தான் கற்ற
நூல் அளவே ஆகுமாம் நுண் அறிவு–மேலைத்
தவத்து அளவே ஆகுமாம் தான் பெற்ற செல்வம்
குலத்து அளவே ஆகும் குணம். *- (மூதுரை-7)*

இதில் எனக்குப் புரியாதது, சாதி இல்லையாம் குலம் உண்டாம் அந்தக் குலத்தின் அடிப்படையில்தான் குணம் அமையுமாம். சாதி என்ற சொல்லுக்குப் பகரம் கொடுத்த மொழி ஞாயிறு தேவநேயப்

பாவாணர் குலம் என்ற சொல்லைத்தானே பயன்படுத்துகிறார். சரி இரண்டும் வேறு வேறு என்று வைத்துக் கொண்டால் சாதிப் பிரிவினைகள் வேண்டாம் குலப்பிரிவினைகள் இருக்கட்டும் என்று எடுத்துக் கொள்ளலாமா? மலம் என்றாலும் பீ என்றாலும் நரகல் நரகல் தானே! நாற்றம் நாற்றம் தானே!

குலதெய்வங்களுக்கு திருவிழா நடத்தும்போது சாதிச் சண்டைகள் வந்திருந்தால் நான் இந்த கேள்வியைக் கேட்கலாம். அப்படி ஒன்றும் இந்த நாட்டில் நடப்பதே இல்லைதானே? ஆக எனக்கு முன்பே என் கேள்வி செத்துப் போய்விட்டது என்று நினைக்கிறேன். அதற்கு ஓர் ஆழ்ந்த இரங்களைத் தெரிவித்துவிட்டு, கொஞ்சம் சரக்கையும் இரண்டு மாத்திரையையும் உள்ளே தள்ளி விட்டு வருகிறேன்.

வந்துட்டேன்..... வர வர கையெழுத்து ஒருபுறமாக ஒருக்களித்துப் படுத்துக் கிடப்பது போலத் தெரிகிறது. சரி... இறுதியாக என்ன எழுதினேன்? அழிந்துபோன லெமூரியாக் கண்டம் போல நினைவி லிருந்து மொத்தமாக மறைந்து போனதே இதற்கு முன்பு நான் எழுதிய செய்திகள். பொறுங்கள் வாசித்துப் பார்த்துவிட்டுத் தொடர்கிறேன்.

ம்ம்ம்... படித்து விட்டேன் 'தென்மதத்தார்' பற்றிய செய்திகளைச் சொல்லிக் கொண்டிருந்தேன். அடடா... தென்மதத்தார் என்றால் என்ன என்று உங்களுக்குப் புரியாது. நானே சொல்கிறேன். 'இந்து மதம்' என்பதை பாவாணர் இப்படிக் குறிப்பிடுவார்.

மதத்தைக் குறிக்கும் 'இந்து' என்ற சொல் பிற்காலத்தில் வந்து சேர்ந்தது. அது சிந்து நதியைக் குறிக்கும் indus என்ற சொல்லிலிருந்து வந்தது. அது உச்சரிப்பில் திரிபு கொண்டு இந்து என்று புழக்கத்தில் உள்ளது. ஆனால் வடசொல்லில் 'இந்து' என்ற சொல்லுக்குப் பொருள் உள்ளது. அது பிறையைக் குறிக்கும் சொல்லாகும். சிவபெருமானை 'இந்து சேகரனே' என்று சுட்டும் திருமுறைப் பாடல் உண்டு. அது தலையில் பிறை நிலவைச் சூடிய சிவ பெருமானைக் குறிக்கிறது. இப்படி சைவத் திருமுறைகள் மற்றும் திவ்யப்பிரபந்தத்திலும் இச்சொல் பல இடங்களில் இதே பொருளில்

இடம் பெற்றுள்ளன. 'இந்துமதி' என்று பெயரே வைத்துக் கொள் வதும் உண்டல்லவா! அதற்குப் 'பிறைநிலா' என்பதே பொருளா கிறது.

அப்படியெல்லாம் இல்லை. அதெல்லாம் பண்டை நெடுங் காலம் புழங்கப்பட்டது என்று முரட்டுத்தனமான முட்டும், நம்ப இயலாத சான்றும் கொடுத்து அழுது புரளும் கூட்டமும் இருக்கத் தான் செய்கிறது.

தென்மதத்தார் பற்றி மட்டும் நான் சொல்லிவிட்டுப் போனால் அது சிறப்பாக இருக்காதல்லவா?

'இசுலாமானவர்கள்' குறித்து எனக்கு சில கேள்விகள் உள்ளது. 'இசுலாமியர்கள்' என்று நான் குறிப்பிடவில்லை பாருங்கள். 'இசுலாமானவர்கள்' என்று தான் குறிப்பிடுகிறேன். அதுதான் சரியான சொல்லாடலாகவும், நேர்த்தியான பொருளாகவும் இருக்கும் என்று நம்புகிறேன்.

தாஹர் பென் ஜீலோவ்ன் எழுதிய "This Blinding Absence of Light?' என்ற புத்தகத்தைப் படித்துள்ளீர்களா? தமிழில் 'நிழலற்ற பெருவெளி' என்ற பெயரில் அப்புத்தகம் வெளிவந்துள்ளது. இசுலாமிய நாடான மொரோக்கோவில் அரசனுக்கு எதிராக சதித்திட்டம் தீட்டியவர் களாகக் கருத்தப்பட்டவர்களுக்கு நடந்த கற்பனைக்கும் எட்டாத கொடிய தண்டனைகளைப் பற்றி விரித்துரைக்கிறது அந்த நூல்.

அது முடியாட்சி நடக்கும் நாடு என்று கவிழ்த்து மூடிவிட்டுப் போய் விடக்கூடாது. பொதுவாகவே இசுலாமிய நாடுகளின் சட்டங்கள், மிகக் கடுமையான தண்டனைகளால் பின்னப்பட்டத் தூக்குக் கயிறாகத்தான் அமைத்துள்ளது என்பது என்னுடைய தனிப்பட்டக் கருத்து. அப்படிப் பாத்தால் 'பொறுமை கொள்வதும் குற்றங்களை மன்னிப்பதுமே உறுதிமிக்க வீரச்செயலாகும்' என்ற திருக்குரானின் வரிகளுக்கு மதிப்பில்லையா? எனக் கேட்கத் தோன்றும் எனக்கு. உங்களுக்கு அப்படி ஏதும் எண்ணங்கள் வந்ததுண்டா? அப்படியே உங்களுக்கு எண்ணங்கள் குவித்தாலும் அதற்கு சொல் வடிவம் கொடுக்க மாட்டீர்கள். அப்படியே நீங்கள் சொல்ல முயன்றாலும்

அது மதவெறுப்பாகத்தான் வெளிப்படும். நீங்கள் ஒப்புக்கொள்ளா விட்டாலும் அதுதான் உண்மை. உலக மாந்தர்கள் அனைவருக் குள்ளும் ஏதோ ஒரு மதவெறுப்பு உள்ளுக்குள் புரையோடிப் போய் தான் உள்ளது. அதை உள்ளபடி உளமார எந்த மனிதனும் ஒப்புக் கொள்ள மாட்டான். காரணம் என்ன தெரியுமா? எழுத்தாளர் ஜி.நாகராஜன்தான் சரியாகச் சொன்னார். 'மனிதன் ஒரு மகத்தான சல்லிப்பயல்.'

அடுத்து கிறித்தவம் பற்றிச் சொல்ல வேண்டும். இயேசு கிருஸ்துவை ஏற்றுக் கொண்டவர்கள் யூத இனத்தையே மறுதலித் தார்கள். ஆனால் இயேசு கிருஸ்து ஒரு யூதர் என்பதை எப்படி மறந்தனர் என்பது விளங்காத ஒரு விடயமாகவே உள்ளது. இது விசுவாசித்தலுக்கு எதிரானது அல்லவா?

இன்னும் ஒன்றினைக் கூற வேண்டும். ஆறுமுக நாவலர் விவிலியத்தை மொழி பெயர்க்கும்போது இயேசு நாதருக்கு 'கர்த்தர்' என்ற ஒரு திருநாமத்தை சாற்றுகிறார். கர்த்தா, விகர்த்தா என்பதெல்லாம் சிவனை விளிப்பதற்கான ஆகமச்சொற்கள். சைவத் துறையில் கரைக் கண்டப் பண்டிதரான ஆறுமுக நாவலர், இந்த மண்ணில் எந்த மதம் வேரூன்றினாலும் அதில் வணங்கப்படும் தெய்வத்தின் நாமம் சிவ நாமமாகவே இருக்க வேண்டும் என்று நினைத்திருப்பார் என்பது என்னுடைய கருதுகோள். வைதீக ஆசாரப் பற்று அப்படித்தானே செய்ய வைக்கும். ஆக இந்தத் தமிழ் மண்ணில் 'கர்த்தரே' என்று விளித்து இறைவணக்கம் செய்வதை நான் கிறித்தவம் என்று ஏற்பதே இல்லை.

சரி... நேரம் கடந்து கொண்டே போகிறது. ஆற்றல் குறைந்த தூக்க மாத்திரைகளை வாங்கி வந்தது தவறாகி விட்டது. எதுவும் நிகழ்வ தாகத் தெரியவில்லை. மாத்திரைகளை கணக்கில்லாமல் வாயில் அள்ளிப் போட்டுவிட்டு, கொஞ்சம் ஓட்காவையும் போட்டு விட்டு வருகிறேன். காத்திருருங்கள்...

வந்து விட்டேன்... எனக்கு கணக்கில்லாத ஐயங்கள் உண்டு என்பது உங்களுக்கே தெரியும். அப்படி சில ஐயங்களை உங்களிடம் கேட்கிறேன் விடை சொல்லுங்கள். 'வருத்தம் என்ன என்றால்

உங்கள் விடையைக் கேட்கத்தான் நான் உயிரோடு இருக்க மாட்டேன். முந்தைய வரிகளை நீக்கி விடுகிறேன். நான் சாவதற்கே வருந்தவில்லை. விடையைக் கேட்கவில்லையே என்றா வருந்தப் போகிறேன்?'

நான் இந்திய ஒன்றியத்தில் பல மாநிலங்களில் பணிபுரிந் துள்ளேன். எப்போதும் விமானப் பயணத்தை மட்டுமே விரும்பு வேன். ஏனென்றால் அதில்தான் நேரம் மிச்சம் ஆகும்.

காலத்தை வீணாக செலவழிப்பதில் எனக்கு உடன்பாடு இல்லை. காரணம் அந்த நேரம் என்பது என் வாழ்நாளின் ஒரு பகுதி அல்லவா? அதை பழுதாகப் பயன்படுத்தினால் என் வாழ்க்கை பழுதானது என்றுதானே பொருள். நான் அப்படித்தான் பொருள் கொள்வேன்.

அது கிடக்கட்டும். விமானப்பயனச் சீட்டை நீங்களே இணையத்தில் முன் பதிவு செய்துள்ளீர்களா? அதில் முதியவர்கள், மாணவர்கள், மருத்துவர்கள், செவிலிகள் என்று சிலருக்கு மட்டும் கட்டணச் சலுகைகள் கொடுத்திருப்பார்கள். ஏன்? மாற்றுத்திறனாளிகளுக்கும் கொடுக்கலாம் தானே! விமான நிலையத்துக்குள் அவர்கள் நெடுந் தொலைவு நடப்பதும், ஏறி இறங்குவதும் கடினம் தானே! சக்கர நாற்காலி கொடுக்கிறார்களே! என்பீர்கள். அது மட்டும் எப்படிப் போதுமானதாக இருக்கும்? பேருந்தில் கூட அவர்களுக்கென்று இடம் ஒதுக்கியிருக்கிறார்களே! ஏன் விமானப் பயணத்தில் அவர் களுக்கு கொஞ்சம் கட்டணச் சலுகை கொடுக்கக் கூடாதா?

இன்னும் ஒன்றைக் கேட்கிறேன் அதை அரசியலாக எடுத்துக் கொள்ளாதீர்கள். ஆனாலும் அரசியல் பற்றித்தான் கேட்கிறேன். இடஒதுக்கீடு பற்றி எனக்கு முரண்பட்ட கருத்து எதுவும் இல்லை. அது இன்னும் இரண்டு மூன்று தலைமுறைகளுக்குத் தேவைதான் என்று நினைக்கிறேன். ஏனென்றால் இப்போதுதான் சிலர் முதல் தலைமுறைப் பட்டதாரிகளாக உயர்ந்து வருகின்றனர் என்பதை அறியும்போது இன்னும் சில தலைமுறைகள் உருவாகட்டுமே என்றே எண்ணத் தோன்றுகிறது.

கல்விதானே சமூகப் பிறழ்வுகளை செப்பணிடும் மருந்து. காலம் காலமாய் காயம்பட்ட மக்களுக்கு அந்த மருத்துக் கட்டாயத் தேவை என்பதில் நான் உறுதியாக இருக்கிறேன். கூடுதலாக ஒன்றைச் சொல்ல வேண்டும். சாதி ஒழிப்பு, சாதி ஒழிப்பு என்று பேசுவதை நாம் கேட்டிருப்போம். சாதி ஒழிப்புக்கு கலப்புத் திருமணமே தீர்வு என்பார் பாவேந்தர் பாரதிதாசனார். அது மட்டு மல்ல சாதிமதம் அற்றவர் என்று சான்றிதழ் பெற்றுக் கொள்ளும் வாய்ப்பும் உள்ளது அல்லவா?

இப்போது சொல்லுங்கள். சாதி மதம் அற்றோருக்கும் கலப்புத் திருமணம் செய்து கொண்டவர்களுக்கும் இடஒதுக்கீட்டில் சலுகைகள் வழங்கினால்தானே அது சாதி ஒழிப்புக்கான சரியான முன்னெடுப்பாக இருக்கும்.

சரி இதில் உங்கள் பார்வை வேறு வகையில் கூட இருக்கலாம். இதை விட்டு விடுங்கள். என் உள்ளக் குமைச்சலுக்கு உங்களில் யாராவது விடை சொல்லுங்கள்.

இந்த உலகம் எல்லோருக்குமானது தானே? ஓரறிவு தொடங்கு ஆறறிவு என்று சொல்லிக்கொள்ளும் எல்லா உயிர்களுக்குமானதா இல்லையா? ஆனாலும் இங்கு தீண்டாமை வேரூன்றியுள்ளதா இல்லையா? தெருக்களில் சாதியத் தீண்டாமை தொடங்கி ஆலயங் களில் மொழித் தீண்டாமை வரை புரட்டிப்போட்டு பொச்சில் எச்சில் துப்புகிறதா இல்லையா? எல்லோரும் யோனி வழிதானே பிறந்துள்ளோம். பிறகு எப்படி நாங்கள் மட்டும் தலையில் பிறந்த வர்கள். எனவே நாங்களே உயந்தவர்கள் என்று கூற முடிகிறது. சரி அது உண்மை என்றே வைத்துக் கொள்கிறேன். எவளுக்காவது தலையில் யோனி உள்ளதா? கூட்டி வந்து காட்டுங்கள். உயிர்த்து வந்து மீண்டும் சாகிறேன்.

நான் இன்னும் ஒன்று கேட்க வேண்டும். இந்த மண்ணில் பிறந்து, வளர்ந்து, படித்து வேலைக்குச் சென்று, திருமணம் செய்து, குழந்தை, குட்டி, குடும்பம் என்று பரம்பரை பரம்பரையாக வாழ்ந்தாலும் ஒடுக்கப்பட்ட மக்களுக்கு இம்மண்ணில் மரியாதை இருக்கிறதா?

போர்க்களங்களில் தன் தாய் மண்ணை இழந்து, உடமைகளை இழந்து, சொந்த பந்தங்களை இழந்து, உடலில் சில அங்கங்களை இழந்து ஏதுமற்ற ஏதிலிகளாய் தமிழ்நாட்டு மண்ணில் அடைக்கும் புகுந்த ஈழத்து மக்கள் அனைவருக்கும் இந்த நாடு என்ன செய்து விட்டது? பத்து இருபது ஆண்டுகள் வாழ்ந்தாலும் அவர்களுக்குக் குடியுரிமைக் கொடுத்ததா? முகாம்களுக்குள் அடைத்து வைத்து அகதி என்று ஆதார் அட்டை மட்டுமே கொடுத்தது. தன் மொழி பேசும் தன்னின மக்களுக்குத் துரும்பைக் கூடத் தூக்கிப் போடாத இந்த நாட்டுக்கு மொழிப் பெருமை எதற்கு? இனப் பெருமை எதற்கு?

உலகத்தையே இறைவன்தான் படைத்தான். எல்லோரும் இறைவனின் குழந்தைகள். ஒன்றே குலம் ஒருவனே தேவன்' என்று திருமூலரின் திருமந்திரமெல்லாம் படித்த இந்தத் துப்புக் கெட்ட திருக்கூட்டம், பாலின மாறுபாடு கொண்டவர்களை ஒரு புழுவாகவாவது மதிக்கிறதா? சொல்லுங்கள்.

திருநர்கள் என்பவர்கள் மனிதர்களில் பழுதானவர்கள், குறைப் பிறவிகள் என்று நீங்கள் கருதினால் உலகத்தையே படைத்த உன் இறைவன்தானே அவர்களையும் படைத்தான். அப்படியென்றால் உன் கடவுள் எவ்வளவு பழுதானவன், எவ்வளவு குறையானவன் என்பதை நீயே சிந்திக்க வேண்டாமா!

அந்தக் காலத்தில் அலி, ஒம்போது, உஸ்சு, ரெண்டும் கெட்டான், பொட்டை, பொண்டுக சட்டி என்றெல்லாம் பழித்துரைத்தார்கள். இப்போது அந்தப் பார்வை மாறிவிட்டது. அவர்களைத் 'திருநர்கள்' என்று நாகரீகமாக அழைக்கிறோம். இப்போது காலம் மாறிவிட்டது. என்று யாரும் சப்பைக் கட்டு கட்டக் கூடாது. சமூக ஊடகங்களைப் பாருங்கள் 'வானவில் வானவில்' என்று எப்படியெல்லாம் பகடி செய் கிறார்கள் என்று. இங்கு காலம் காலமாய் சொற்கள்தான் மாறு கின்றன. மனிதர்களின் மனநிலை ஒருபோதும் மாறவில்லை. வேட்டையாடி சமூகத்தின் எச்சமான எண்ணங்கள் இன்னும் அழியாமல் மனதின் ஓரத்தில் அப்பிக் கிடக்கிறது.

கனத்த சொற்களை உமிழ்கிறேன்தானே? எனக்கு இந்த சமூகத்தின் மீது கடுமையான கோபம் உள்ளது. என் நிலையில் நான் இல்லை. எப்போது மயங்கிச் சரிவேன் என்று தெரியவில்லை.

பொறுங்கள் அனைத்து மாத்திரைகளையும் விழுங்கிவிட்டு கழிவறை சென்று விட்டு வருகிறேன். இறந்த பிறகு உடலில் உள்ள கழிவுகள் அனைத்தும் வெளியேறி விடுமாம். சாவதற்கு முன் அதை வெளி யேற்றிவிட வேண்டும் என்று நினைக்கிறேன். ஏனென்றால் நாளை என் உடலை தூங்குபவர்கள் முகம் சுழித்துவிடக் கூடாதல்லவா?

இவன் என்னடா கம்யூனிசவாதியாக இருப்பானோ? என்று நினைக் காதீர்கள். வர்க்க விடுதலை, தொழிலாளர் உரிமை, முதலாளித்துவம், கருத்து முதல் வாதம், பொருள் முதல் வாதம் இதெல்லாம் எனக்குத் தெரியாது. கம்யூனிசம் என்று சொன்னால் எனக்கு ஒரு முகம் மட்டுமே என் உள்ளத் திரையில் வந்து போகும். அது ஐயா நல்லகண்ணு அவர்களின் முகம்தான்.

உங்களுக்குத் தெரியுமா? கீழடி ஆய்வு துவங்கிய புதிதில் ஒரு பெரிய நிகழ்ச்சி ஒன்றை ஏற்பாடு செய்திருந்தார்கள். அதில் கீழடி மண்ணை ஐயா நல்லகண்ணு பெற்றுக் கொள்வார் என்று அறிவிக்கப்பட்டது. அவர் அதனைப் பெற்றுக் கொண்டார். அந்தக் காட்சியைக் கண்டு நான் வாய்விட்டு அழுதேன். காலம் காலமாய் இருந்த அடக்கு முறைக்கு எதிராகப் போராடி, உனக்கு நான் அடிமை இல்லை என்று இடுப்பில் கட்டிய துண்டை எடுத்து தோளில் போட்ட அந்தச் சுயமரியாதைக்காரர், தமிழினத்தின் தொன்மரபை நிறுவிய அந்தக் கீழடி மண்ணைக் கையில் பெறும்போது தோளில் கிடந்த துண்டை எடுத்து இடுப்பில் கட்டிக்கொண்டார்.

இந்த மொழிக்காகவும், மொழி கூறும் இந்த இனத்துக்காகவும் நான் என்னையே தருவேன் என்று சொல்லாமல் சொன்ன அந்தக் காட்சியை, இன்னும் சில நிமிடங்களில் நான் செத்து விடுவேன் அதுவரை என்னால் மறக்க முடியாது. பொதுவாகச் செத்தாலும் மறக்காது என்றுதான் கூறுவார்கள். அதில் எனக்கு நம்பிக்கை இல்லை. ஏனென்றால் 'செத்த பிறகும் நான் இதை மறக்கவில்லை' என்று செத்தவன் எவனும் வந்து சொல்லவில்லை. எதையோ

சொல்லத் துவங்கிவிட்டு எங்கேயோ செல்கிறேன்தானே! எனக்கே அது புரிகிறது. நான் அப்படியொரு நிலையில்தான் உள்ளேன். பொறுங்கள் வந்து விடுகிறேன்.

என் கதை முடியும் நேரமிது... எல்லாம் சுத்தபத்தமாக நிறைவுற்றது. கழிவறை சென்று வந்த பிறகுதான் எனக்கு ஒரு நினைவு வந்தது. குளத்திலோ, ஆற்றிலோ குளிப்பதைப் பற்றி நான் கூற வரவில்லை. நீங்கள் குளிப்பறையில் குளிக்கும்போது நிர்வாண மாகத்தானே குளிப்பீர்கள்? நான் என் நண்பர்களிடம் கேட்டுள்ளேன் எல்லோரும் அப்படித்தான் குளிப்போம் என்று சொல்லியுள்ளார்கள். ஆனால் நான் அப்படி இல்லை. குளிக்கும்போது ஒரு துண்டைக் கட்டிக் கொண்டுதான் குளிப்பேன். காரணம் என்ன தெரியுமா? குளிக்கும்போது திடீரென்று மரணம் வந்துவிட்டால் நாம் எவ்வளவு அலங்கோலமாகக் கிடப்போம் என்று நினைத்துத்தான் நான் அவ்வாறு செய்வேன்.

இப்போது என் அவல நிலையைப் பாருங்கள். நான் செத்த பிறகு என்னுடலை பிரேதப் பரிசோதனை செய்வார்கள். மண்டை யோட்டை உடைப்பது, உடலைக் கிழிப்பது, உறுப்புகளைக் கிழிப்பது, கிழித்த உடலை கோணிச் சக்கைத் தைப்பது போல தைப்பது, இதெல்லாம் ஒரு சிக்கலில்லை. அந்தப் பிணவறையில் உயிரற்ற அந்த உடல்களை அவர்கள் கிடத்திப் போட்டிருப்பார்கள் பாருங்கள். ஐயோ! இந்த சாவே வந்திருக்கக் கூடாதென்று வாய் விட்டழுது பிணமே ஓடிச்சென்று தற்கொலை செய்து கொள்ளும். நான் குறை சொல்கிறேன் என்று நினைக்காதீர்கள். நான் சொல்வது உண்மை.

வாழ்க்கை என்றால் என்ன? எழுத்தாளர் எஸ். இராமகிருஷ்ணன் அழகாகச் சொல்வார். 'வாழ்க்கை என்பது நினைவுகளின் எச்சம்' உண்மையா இல்லையா? நீங்கள் இதைப் படிக்கும்போது வாழ்ந்து கொண்டுதானே இருக்கிறீர்கள். அந்த சொற்களை அசைபோட்டுப் பாருங்கள். அதன் ஆழம் விளங்கும்.

நான் ஒன்று சொல்லவா? 'உடல் என்பது வாழ்ந்த வாழ்வின் மிச்சம்' உண்மையா இல்லையா? இந்த உடலுக்கு என்னென்ன கொடுக்க

முடியுமோ அனைத்தையும் கொடுத்து வளர்த்துப் பேணினேன். இதுதான், 'நான்' என்னும் என்னைச் சுமந்து இயங்கியது. எனக்கென்று ஒரு பெயர் உண்டு. அது இந்த உடலும் உருவமும்தான். என் கைரேகைகள், கருவிழிகள், உடலின் மச்சங்கள், உடலில் அடிபட்டத் தழும்புகள் இவையெல்லாம் என் அடையாளச் சான்றுகளாகின. நான், 'நான்' என்று சொல்லிக்கொள்ளும் போது 'நான்' என்பது இந்த உடலா? இல்லை இந்த உயிரா? என்று ஆராய்ச்சி செய்ததில்லை. ஆனால் நாளை எனக்குப் பிணம் என்றுதான் பெயர். அடடா... திருமந்திரப் பாடல் ஒன்று எனக்கு நினைவுக்கு வருகிறது.

> ஊரெல்லாம் கூடி ஒலிக்க அழுதிட்டுப்
> பேரினை நீக்கிப் பிணம்என்று பேரிட்டுச்
> சூரையங் காட்டிடைக் கொண்டுபோய்ச் சுட்டிட்டு
> நீரினில் மூழ்கி நினைப்பொழிந் தார்களே.

நாளை 'பாடியத் தூக்குங்க' என்று என் இறந்த உடலைப் பார்த்துச் சொல்வார்கள். அப்படியென்றால் இத்தனைக் காலம் எனக்கு அடையாளம் தந்த இந்த உடல் 'நான்' இல்லையா? இந்த உடலை 'ஊத்தைச் சடலம் உப்பிருந்த பாண்டம்' என்றே வைத்துக் கொள்வோம். அப்படியென்றால் என்னுடைய 'நானை' நான் எங்கு போய்த் தேடுவேன். இவ்வளவு காலமும் என்னைப் பெயர் சொல்லி அழைத்தவனிடம் இந்தக் கேள்வியை எப்படிக் கேட்பேன். சிலர் என்னைக் கிறுக்கன் என்பார்கள். சிலர் எனக்கு அறிவியல் பாடம் எடுப்பார்கள். சித்தாந்திகள் மெய்கண்ட சாத்திரம் கற்றுக்கொள் என்பார்கள். பாமரர்கள் 'படைத்தவனுக்குத்தான் வெளிச்சம் படுத்துத் தூங்கு' என்பார்கள்.

எது எப்படியோ! என்னை அந்த சித்திரவதைக்கு ஆளாக்கி விடாதீர்கள். வாழும் காலமெல்லாம் வலிகளையே வரமாய்ப் பெற்று வாழ்ந்தவன் நான். செத்த பிறகும் என் உடலைச் சேதப்படுத்தாதீர்கள். ஏனென்றால் என் உடல்தான் 'நான்'. நான் உயிரைப் பார்த்ததில்லை. இந்த உடலைத்தான் பார்த்துள்ளேன். இதைப் பொத்திப் பொத்திப் பாதுகாத்தேன். சுண்டு விரலில் சூடு பட்டுவிட்டால், உயிரின் மையம் உருக்குலைந்து விட்டதாகக் கருதி மொத்தச் சிந்தனையையும் கொண்டு வந்து சுண்டு விரலில் குவித்தேன்.

போதையும் தூக்கக் கிரக்கமும் இவனை உளற வைத்திருக்கிறது என்று நினைத்து விடாதீர்கள். ஒன்று மட்டும் சொல்கிறேன். தேவைக்காக மாட்டிவிட்டு தேவை முடிந்ததும் கழட்டி வீசும் காண்டம் அல்ல இந்த உடல். இந்த உடல்தான் என்னைத் தாங்கி நின்ற கொள்கலன். இந்த உடலை வளர்த்ததால் என் உயிரை இத்தனைக் காலம் வளர்த்து வந்தேன். உடலை உதாசீனம் செய்யாதீர்கள்.

எனக்கு உடற்கூறு ஆய்வு செய்யாதீர்கள். இதுதான் என் கடைசி ஆசை என்று சொன்னால் மட்டும் விடவா போகிறீர்கள். செய்து கொள்ளுங்கள். எல்லாம் முடித்த பிறகு உடனே துணியால் என்னுடலைக் கட்டி விடுங்கள். நான் வாழ்ந்த காலத்திலேயே அம்மணமாய் நிற்பதுபோல அவமானத்தால் கூனிக் குறுகிப் போய் தான் வாழ்ந்தேன். என் பிணத்தையும் அப்படிக் கூனிக் குறுகச் செய்யாதீர்கள்.

இன்னும் கொஞ்சம் ஓட்க்காவை குடித்துக் கொள்கிறேன். ப்ப்ப்பா... ஓட்க்காவில் என்ன ஒரு சுள்ளாப்பு (கிக்) இருக்கு தெரியுமா? அதை விட்டு விடுவோம். தமிழர்கள் போல ரசித்துச் சுவைத்து மது அருந்திய ஒரு இனம் வேறு உள்ளதா என்பதை நான் அறியேன். சங்க காலத்துத் தமிழன் இதையெல்லாம் 'தேறல்' என்றும் தென்னை, பனையிலிருந்து பெறுவது 'கள்' என்றும் பெயரிட்டு தேறலிலும் அகத்தேறல், புறத்தேறல் என்று இருவகை உண்டு. அடர் நிறத்தில் இருப்பது 'புறத்தேறல்' தெளிவாக இருப்பது 'அகத்தேறல்'. அப்படிப் பார்த்தால் இந்த ஓட்க்காவை அகத்தேறல் என்றுதான் அழைக்க வேண்டும். இன்றிலிருந்து ஓட்க்கா போன்ற மது வகைகள் அகத்தேறல் என்று அன்போடு அழைக்கப்படும். போதை கூடி விட்டது. அதனால்தான் ஏதேதோ எழுதுகிறேன்.

ஏலேய்! செத்த மூதி... செத்துத் தொலலே. எழுதி எழுதி ஏல எங்களக் கொல்லுதே... என்று நீங்கள் நினைப்பீர்கள். கொஞ்சம் பொறுமை கொள்ளுங்கள். இன்னும் ஓரிரு பக்கங்களில் முடித்து விடுகிறேன்.

வடலூர் வள்ளல் பெருமான் என்ற பெயரைக் கேட்டதும் உங்களுக்கு ஒரு பாடல் நினைவுக்கு வரும்தானே? கட்டாயம்

வரும். அது அது அதுவேதான். 'வாடிய பயிரைக் கண்ட போதெல்லாம் வாடினேன்.' ஆனால் அதில் உள்ள துன்பியல் செய்தி என்னவென்றால், பெரும்பாலான ஆட்களுக்கு அதற்கு அடுத்து வரும் வரிகள் தெரியாது. உண்மைதானே? அந்தப் பாடலை முழுமையாகப் படியுங்கள்.

> வாடிய பயிரைக் கண்டபோ தெல்லாம்
> வாடினேன் பசியினால் இளைத்தே
> வீடுதோ றறிந்தும் பசியறா தயர்ந்த
> வெற்றரைக் கண்டுளம் பதைத்தேன்
> நீடிய பிணியால் வருந்துகின் றோர்என்
> நேர்உறக் கண்டுளந் துடித்தேன்
> ஈடின்மா னிகளாய் ஏழைகளாய்நெஞ்
> சிளைத்தவர் தமைக்கண்டே இளைத்தேன்.'

எத்தனைக் கருணை மிகுந்த வரிகள் பார்த்தீர்களா? வள்ளலார் கூறிய மொத்த ஜீவகாருண்யமும் இந்த ஒற்றைப் பாடலில் உள்ளதாக நான் நம்புகிறேன். விளக்கமாகச் சொல்லுகிறேன் பாருங்கள். அப்பாடலின் கடைசி இரண்டு அடிகளை உற்று நோக்குங்கள்.

> ஈடின்மா னிகளாய் ஏழைகளாய்நெஞ்
> சிளைத்தவர் தமைக்கண்டே இளைத்தேன்

ஈடு இணையற்ற மான உணர்வு கொண்டவராய், ஏழைகளாய், நெஞ்சம் இளைத்துப் போன மாந்தர்களைக் கண்டு நானும் இளைத்துப் போகிறேன் என்கிறார்.

ஒருவரைப் பார்த்த மாத்திரத்தில் ஏழை என்பதையும் மனத் துயரத்தில் உள்ளார் என்பதையும் அறிந்து விடலாம். ஆனால் அவருக்கு ஈடு இணை சொல்ல முடியாத மான உணர்வு உள்ளது என்பதை எப்படிக் கண்டறிய முடியும்? ஆம் அவருடன் பழகாம லேயே பார்த்த மாத்திரத்தில் கண்டறிய முடியும். எப்படி என்று வினவுகிறீர்களா? அதைக் கண்டறிய கருணை சுமந்த கண்கள் வேண்டும். நம் போன்ற குருணை (நஞ்சு) சுமந்த கண்களால் அதைக் கண்டறிய முடியாது.

'முகத்தில் கண்கொண்டு பார்க்கின்ற மூடர்காள்! அகத்தில் கண் கொண்டு காண்பதே ஆனந்தம்' என்பார் திருமூலர். எங்கு சென்று அனுபவிப்பது ஆனந்தத்தை? யாராவது கருணை மிகுந்த கண் கொண்டு என்னைப் பார்த்திருந்தால் நானும் உங்களைப் போன்று வாழ்ந்திருப்பேன்.

எனக்கு எவ்வளவு இழிந்த புத்தி பார்த்தீர்களா? எவ்வளவு சுய நலமாக சிந்திக்கிறேன். ஏன்? நானே கருணை மிகுந்த கண்கொண்டு மற்றவர்களைப் பார்த்திருந்தால் என்னால் மற்றவர்களுக்கும் மற்றவர்களால் எனக்கும் எந்த ஒரு மன வருத்தமும் வந்திருக்க வாய்ப்பில்லை அல்லவா?

விரக்திதான் மாந்தர்களுக்கு விரோதி என்று கூறலாம். தன்மானம் அதாவது சுய மரியாதைக்கு இழுக்கு வரும் போது மனம் விரக்தி அடைகிறது. விரக்தி அடைந்த மனம் சாகத் துணிகிறது. சாகத் துணிந்த மனம் உங்களுக்கு குறிப்பு எழுதிக் கொண்டுள்ளது.

ஆக மொத்தம் தற்கொலைக்குக் காரணம் என்ன என்பதை நேரடி யாக எழுதவில்லை என்று நீங்கள் எரிச்சல் அடைவீர்கள் என்று நான் அறிவேன்.

சரி நான் உங்களைப் பார்த்துக் கேட்கிறேன். நீங்கள் என்ன காரணத்துக்காக வாழ நினைக்கிறீர்கள்? மூட்டை மூட்டையாய் காரணம் சொல்வீர்களே! என்னைப் பெற்றெடுத்தத் தாய் தந்தைக் காக என்பார்கள் சிலர். தாய் தந்தை இறந்ததற்காக தானும் தற்கொலை செய்து கொண்ட எத்தனைப் பிள்ளைகளை நீங்கள் அறிவீர்கள்? நீங்களும் பிள்ளைகள் தானே? எத்தனை பேர் செத்தீர்கள்? அடுத்து என்ன சொல்லப் போகிறீர்கள்? எங்கள் பிள்ளைக்காக, மனைவிக்காக, கணவனுக்காக, சகோதர சகோதரி களுக்காக, எங்கள் வீட்டு நாய், பூனை, கோழி குருமானுக்காக என்று கதை சொல்லாதீர்கள். உள்ளபடி உளமார உண்மையைச் சொல்ல வேண்டுமென்றால் நீங்கள் வாழ்வது உங்களுக்காகத்தான். நோய்வாய்ப்பட்டு படுக்கையில் சில நாள் கிடங்கள். பிறகு வெள்ளிடை மலையாக விளங்குப்போகும் நீங்கள் யாருக்காக வாழ்கிறீர்கள் என்று.

இப்போது காரணம் தெரிந்து விட்டதல்லவா? நீங்கள் உங்களுக்காக வாழ்வது எந்த அளவு உண்மையோ அது போன்று தான் 'நான் சாவது எனக்காக மட்டுமே.'

சரி நான் முடித்துக் கொள்கிறேன். தூங்கி விழும் வரை எழுதிக் கொண்டிருந்தால் எழுதியதை பத்திரப்படுத்த முடியாமல் போய் விடும். இந்த இறுக்கத்தைத் தளர்த்தி கொஞ்சம் சுருக்கமாக சில செய்திகளை எழுதி முடிக்கிறேன்.

'காமம்' நீங்கள் படித்தது சரிதான். சாகப் போகின்றவனுக்கு காமம் பற்றி என்ன கவலை என்று சிந்திக்க வேண்டாம். எனக்கு காமம் பற்றி சில கருத்துக்கள் உள்ளது.

நமக்கு காமம் என்பதை ஒரு கெட்ட சொல்லாகவே கற்பித்து விட்டார்கள். நான் பொய் சொல்லவில்லை. முக்காலும் சத்தியம். பள்ளிக்கூடத்தில் திருக்குறளில் உள்ள காமத்துப்பாலை இன்பத்துப் பால் என்றுதான் கற்பித்தார்கள். ஆனால் குறட்பாவிற்குள் வரும் காமம் என்ற சொல்லை அப்படியே படிப்பித்தார்கள். இது என்ன கொள்ளை நோய் கோதாரி என்று விளங்கவில்லை. அலகிட்டு வாய்ப்பாட்டில் பொருந்தி இருந்தால் திருக்குறளில் உள்ள 'காமம்' என்ற எல்லாச் சொற்களையும் 'இன்பம்' என்றே மாற்றி இருக்கும் இந்த மெத்தப் படித்தத் திருக்கூட்டம். உண்மையாகப் பார்த்தால் காமம் வேறு இன்பம் வேறு. காமத்தால் ஒரு வகை இன்பம் கிட்டலாம். ஆனால் எந்த இன்பத்தாலும் காமம் கிட்டாது. இதோ இந்தத் திருக்குறளைப் படியுங்கள்.

ஊடுதல் காமத்திற்கு இன்பம் அதற்கின்பம்
கூடி முயங்கப் பெறின் - குறள் : 1330

இக்குறளில் காமமும் உள்ளது இன்பமும் உள்ளது. காமத்துப்பாலை இன்பத்துப்பால் என்று கற்பிக்கும் கூட்டம் இக்குறளில் உள்ள காமத்தை இன்பம் என்று மாற்றி 'இன்பத்திற்கு இன்பம்' என்று பொருள் சொல்லக் கொடுங்களேன்.

கண் விழித்திருக்க காட்சியை விழுங்கி விடும் காமம். அதில் எனக்கு எந்த மாற்றுக் கருத்தும் இல்லை. அதற்காக சொல் என்ன செய்தது

உங்களை? பஃறுளி ஆற்றினினை பண்பட்டப் பழந்தமிழில் இந்த வார்த்தை தீண்டாமையை என்னென்று சொல்வது? சரி விட்டு விடுகிறேன்.

ஹ...ஹ...ஹ... நான் சிரிக்கிறேன் என்பதை ஹ...ஹ...ஹ... என்று எழுதி வெளிப்படுத்தினேன். எதற்கு சிரித்தேன் என்று என்று சொல்கிறேன். எழுத்தாளர் பெருமான் முருகனின் 'பூனாச்சி அல்லது ஒரு வெள்ளாட்டின் கதை' என்ற புத்தகத்தில் பூனாச்சி ஒரு மறுக்கை (பெட்டை) பூவன் ஒரு கிடாய். பூவனை நினைத்து பூனாச்சிக்கு காமக் கிளர்ச்சி ஏற்படுகிறது. அடர்ந்த வாலைத் தூக்கிக் கொண்டு அரத்தில் மல்லு ஒழுக நிற்கிறது அது. ஆட்டின் உரிமையாளர்கள் அதைத் தெரிந்து கொண்டு ஒரு கிழட்டுக் கிடையாட்டோடு இணை சேர்க்கிறார்கள். உரிமையாளன் வாலைத் தூக்கிப் பிடிக்க கிடாய் தன் உறுப்பை பூனாச்சியின் பெண்ணுறுப்பில் விடுகிறது. வயிறுக்குள் ஒரு சூட்டுக்கோல் பாய்ந்ததுபோல் உணர சோலி முடிகிறது. பூனாச்சி நினைக்கிறது 'சீ... இவ்வளவுதானா இந்த விசயம்' என்று. எந்த மனிதனுக்கும் வராத உணர்வை ஆட்டின் மீதாவது பொறுத்திச் சொன்னார் எழுத்தாளர். அதை நினைத்துத் தான் சிரித்தேன்.

மனிதனுக்கு அப்போதைக்கு உண்ணக் கொடுக்கும் உணவைத் தவிர வேறு எதிலுமே போதும் என்ற எண்ணமே வருவதில்லை தானே! சிலர் அதையும் ஒரு தூக்குச்சட்டியில் அள்ளிக் கொண்டு போய் விடுவான் இரவு உண்பதற்கென்று. நான் என்ன சொல்ல?

இதோ பாருங்கள். இதுவரை நான் உரைத்ததெல்லாம் என் கருத்துக்கள் மட்டுமே. நான் யாருக்கும் அறிவுரையோ பழியுரையோ கூறவில்லை. அறிவுரை கூறும் தகுதி எனக்கு உண்டு. அதை வாங்கிக் கொள்ளும் தகுதி இல்லாத உங்களிடம் நான் ஏன் அறிவுரை கூற வேண்டும்?

சித்தர்களும் யோகிகளும்
சிந்தனையில் ஞானிகளும்
புத்தரோடு ஏசுவும்
உத்தமர் காந்தியும்
எத்தனையோ உண்மைகளை

எழுதிஎழுதி வச்சாங்க
எல்லாந்தான் படிச்சீங்க
என்னபண்ணிக் கிழிச்சீங்க?

என்று எழுதுவார் பட்டுக்கோட்டை கல்யாணசுந்தரனார். ஆம் இந்த வினாவுக்குரிய மாந்தர்கள்தானே நாம்.

மனசுக்குள்ள பகையும் வன்மமும் சுயநலமும் மண்டிக் கெடக்குது காடா... உங்களுக்கெல்லாம் அறிவுரை ஒரு கேடா?

அது சரி போறபோக்கில் 'அறிவுரை கூறும் தகுதி எனக்கு உண்டு' என்று கடுநடையில் கதைத்தேன் தானே! 'அது என்னடா தகுதி' என்று அந்த இடத்திலேயே உங்கள் மனம் வினவியிருக்கும். நானே சொல்லி விடுகிறேன்.

உங்களைவிட மூத்தவர்களை நீங்கள் மதிப்பீர்கள். அவர்களின் அறிவுரைகளை நீங்கள் கேட்டுக் கொள்வீர்கள். நான் சொல்வது சரிதானே! சில விதிவிலக்குகளும் இருக்கலாம். நான் மனிதர்களுக்கு உண்டான செய்தியை மட்டும் சொல்கிறேன். விலங்குகளுக்கு அன்று.

இளமை வந்தால் முதுமை வரும். முதுமை வந்தால் மரணம் வரும். எனக்கு இப்போது மரணமே வந்துவிட்டது என்றால், நான் உங்களைக் காட்டிலும் மூத்தவன்தானே! எனவே உங்களுக்கு அறிவுரை கூறும் தகுதி எனக்கு உண்டு என்று கூறினேன். கெட்ட சொற்களில் என்னைத் திட்டி விடாதீர்கள்.

மிச்சமிருந்த அனைத்தையும் விழுங்கிவிட்டேன் சரக்கோடு சேர்த்து. இனிமேல் தொடர்ந்து எழுத முடியாது. இத்தோடு முடிக்கிறேன்.

என் தற்கொலை முயற்சியை நீங்கள் குற்றம் என்றே கருதுவீர்கள். சட்டப்படி அது சரியே. நான் மறுக்கவில்லை. இருப்பினும் ஒரு வினா. ஓர் ஆணும் ஒரு பெண்ணும் சேர்ந்து குடும்பம் நடத்தி னாலும் குழந்தை பிறக்கிறது. ஓர் ஆண் ஒரு பெண்ணைப் பாலியல் வல்லுறவு செய்த குற்றத்தாலும் குழந்தை பிறந்து விடுகிறது. அதற்காக குழந்தை பெறுவதே குற்றம் என்று சொல்லிவிட முடியுமா? நான் சொல்வது உங்களுக்கு பிதற்றல்

என்றே தோன்றும். உங்களுக்கு ஒரு சுருக்கமான விடை சொல்கிறேன். ஐயா வைரமுத்து இப்படிச் சொல்வார்.

‘வாழ்க்கை என்பது அவரவர் தரப்பு நியாயம்.’

என் தரப்பு நியாயத்தை நான் பார்த்துக் கொள்கிறேன். உங்கள் சாக்கடை வாய்களால் என்னை சபியுங்கள். அதற்காக நான் வருந்த மாட்டேன். காரணம் என்ன தெரியுமா? அதையெல்லாம் கேட்க நான் உயிரோடு இருக்கப் போவதில்லை.

தற்கொலை என்பது கோழைகளின் கொடுர ஆயுதம் என்று வித்தாரம் கதைக்கும் வீணர்களே! பட்டுப்போன விருச்சத்தைப் பழுது பேசுவதால் பயன் ஏதுமில்லை. வேருக்கு வெந்நீர் பாய்ச்சியது யார் என்பதை அறிந்து ஆவண செய்தலே அறிவார்ந்த சமூகத்துக்கு அழகு. அதைச் செய்ய வக்கற்றவர்கள், வகையற்றவர்களெல்லாம் என் கருத்துக்களைப் பழுது பேசாதீர்கள். ‘நின்னுடல் வெடித்துச் சுக்கு நூறாகச் சிதறுக! சூதனே!’ என்று பெருஞ்சித்திரனாராக உருமாறி அறம் பாடாதீர்கள்.

தற்கொலை என்பது கோழைகளின் இறுதி ஆயுதம் என்று நினைக்காதீர்கள். தற்கொலை என்பது ஒரு தனி நபருக்கு அவனைச் சூழ்ந்திருந்த சமுதாயம் இழைத்த அநீதி. தன்னைத் தானே வெறுக்கும் சூழலை ஒரு தனி மனிதன் மேல் திணித்த ஒரு சமுதாயப் பெருங் குற்றம். ஓர் உயிரைக் காவு கொடுத்துவிட்டு சமூக நீதி பேசும் சழக்கர்கள் மிகுந்து விட்டார்கள் இன்றைய சமூக அமைப்பில். தன்னைப் போல் பிறரையும் நேசிக்கும் மாண்பெல்லாம் மரித்துப் போய் விட்டது. அன்பு, பாசம், பரிவு, நேசம், கருணை என்பதெல்லாம் என்றோ வாழ்ந்த அன்னம், அன்றில், அசுணம் போல வழக்கொழிந்து போய்விட்டது. இங்கு மாற்றப்பட வேண்டியது தற்கொலை செய்து கொள்ளும் மனநிலையை அல்ல. அந்த மன நிலையைத் தூண்டும் இந்தக் கேடுகெட்ட சமூக அமைப்பைத்தான்.

சமுதாயம் என்பது எங்கிருந்தோ குதித்து விடவில்லை. தனி மனிதர்களின் கோர்வைதானே சமுதாயம் ஆகிறது. அப்படியென்றால் நம் பிழைகளை நாம் பொறுப்பது போல மற்றவர்களின் பிழைகளைப்

பொறுக்கக் கற்றுக் கொள்ள வேண்டாமா? பணம் உள்ளவன் ஐந்து நட்சத்திர விடுதியில் செய்வதெல்லாம் கேளிக்கை விருந்தாகிறது. புளிய மரத்தடியில் வயிறுப் பிழைப்பிற்குச் செய்வதெல்லாம் விபச்சாரமாகிப் போகிறது. இரண்டிலும் செயல்பாடுகள் ஒன்று தானே? ஆனால் பணத்தால் விளைந்த இந்தப் பாகுபாட்டை இந்த சமூகம் எப்போது மாற்றிக் கொள்ளும். இதுபோன்று பல செய்தி களை என்னால் அடுக்கிச் சொல்ல முடியும். இந்த மலட்டுச் சமூகத்துக்கு என் சொற்களாலாலும், என் இறப்பாலும், என் சவாலும் எந்தப் பயனும் விளையப் போவதில்லை. இத்தோடு என் தற்கொலைக் குறிப்பை முடித்துக் கொள்கிறேன்.

நான் தற்கொலை செய்து கொண்டேன் என்று முதல் தகவல் அறிக்கையில் (FIR) எழுதாதீர்கள். இந்த சமூகம் என்னை வன்கொலை செய்தது என்று எழுதுங்கள். அவர்கள் யாருக்கும் தண்டனை கொடுத்து விடாதீர்கள். இங்கு பல மாந்தர்களுக்கு வாழ்தலே தண்டனையாகத்தான் உள்ளது.

என்னுள் சுரக்கும் கருணை எல்லோருக்குள்ளும் சுரந்திருந்தால் இந்த முடிவுக்கு நான் வந்திருக்க மாட்டேன்.

விடைபெறுகிறேன் உறவுகளே! ‘வழிபடு தெய்வம் நிற்புறம் காப்ப’ என்பார் தொல்காப்பியர். என் பயணம் திரும்பாப் பயணமாக அமைய வேண்டும் என்று உங்கள் காவல் தெய்வத்திடம் எனக்காக வழிபாடு செய்யுங்கள்.

எனக்காக வருந்தாதீர்கள். பூத்ததெல்லாம் காயாகிக் கனியாகி விதையாகி மரமானால் இந்த உலகத்தில் விருச்சத்தைத் தவிர வேறேதும் இருக்காது. காற்றினும் வேகமான மனித மனது புல்லினும் அற்பமான இந்தக் கவலைகளைச் சுமக்கிறது. இந்தச் சுமையோடு மனம் எப்படி இவ்வளவு வேகமாக செயல்படுகிறது என்பது எனக்கு விளங்கவில்லை. ஆடும் திருகை அரைச்சுற்று வரும் முன்னே ஓடும் எண்ணம் ஒரு கோடி என்பது எவ்வளவு உண்மை பாருங்கள். நான் விடைபெற்றுக் கொண்ட பிறகும் என் எண்ணங் களை எழுத்தாக்கிக் கொண்டுள்ளேன்.

சரி... நான் எழுதியதில் உங்களுக்கு ஏதாவது புரியவில்லை யென்றால் நீங்கள் யாரிடம் கேட்டுத் தெளிவு பெறுவீர்கள்? என்ற சிந்தனையோடு சாகப் போகிறேன்.

இறுதியாக எனக்கு மட்டும் பொருந்தும் ஒரு விஷயத்தைச் சொல்லவா?

தமிழ் சொல்லாததை நான் செய்யவில்லை. ஔவைதான் கூறினாள்.

'வாழ்விலாச் சங்கடத்தில் சாதலே நன்று.'

●

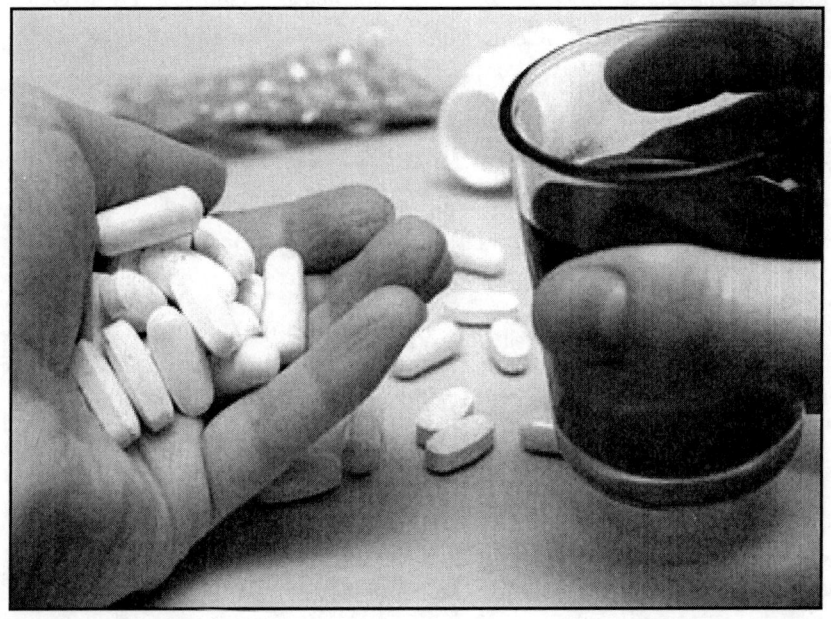

6
வெடிப்பு

சட்டையைக் கழற்றிவிட்டு நின்றால் சாலையில் போகின்ற ஒவ்வொருவரும் நின்று பார்த்து வருந்திவிட்டுப் போவார்கள். அப்படியொரு சூம்பிப்போன உடம்புதான் இனியனுக்கு. ஆனால் அவனது நிறமும் அழகான முகமும் யாரையும் வசீகரிக்கும் வல்லமை கொண்டவை. 12 ஆம் வகுப்புத் தேர்வு எழுதிய கையோடு ஜவுளிக் கடைக்கு வேலைக்கு வந்துவிட்டான். வேலையில் சேர்ந்து சில மாதங்கள் ஓடிவிட்டன. அன்று வெள்ளிக்கிழமை, காலை பத்து மணி. தூக்குச் சட்டியைத் தூக்கிக் கொண்டு இருபது அடி தொலைவி லிருக்கும் டீக்கடைக்கு விரைந்தான்.

அண்ணா ரெண்டு பார்சல் 'டீ'ண்ணா

டீ மாஸ்டர் வழக்கம் போல் புன்சிரிப்போடு ம்ம்ம்... என்றார்.

அண்ணா ரெண்டு பார்சல் டீ டோக்கன் குடுங்கண்ணா.

கல்லாப் பெட்டியில் அமர்ந்திருந்தவன் அபுதாஹிர். 'அபு' என்றுதான் அழைப்பார்கள். வயது 28க்கு மேலிருக்கும். சாலையில் கடந்து போகும் பெண்களை, எந்த வேலைகளுக்கு இடையிலும் எழுந்து

நின்று வெறித்துப் பார்த்துவிட்டு, ஒரு பெருமூச்சோடு அமர்ந்து கொள்வான்.

'கண்கள் படைக்கப்பட்டதன் நோக்கமே பெண்களைக் காண' என்பதே அவனது சித்தாந்தத்தின் முதல் கொள்கை.

மாஸ்டர், இனியனுக்கு டீ போட்டுக் கொடுப்பதற்குள் அபு இனியனை வைத்து ஆத்திக் கொண்டிருப்பான். இது வழமையாக நடக்கும் நிகழ்வுகளில் ஒன்று.

என்னடா இனியா... கசீனா இன்னிக்கி தலை குளிச்சிருக்கா போல.

'அபு அண்ணா ஒனக்கு இதத் தவர வேற பேச்சே இல்ல யாண்ணா' என்று கேட்ட இனியனுக்குச் சட்டென மனதில் பட்டது.

'ஒத்த வீட்டு நாயி எதுக்கோ காத்த மாதிரி திரியுறவன் இவன், இவனுட்டயா வாயக் குடுத்தேன். எல்லாக் கழுசட நாய்களும் கூடிருச்சுங்க. எதையாச்சும் பேசி எம்மானத்த வாங்கப் போறான்' என்று நினைத்துக் கொண்டே மீதிச் சில்லறையைச் சட்டைப்பைக்குள் போட்டுக் கொண்டு அந்த இடத்தைவிட்டு விலகிச் செல்ல முயன்றவனின் வலது கையை எட்டிப் பிடித்தான் அபு.

'என்னடா கூட வேலை பாக்குறவளப் பத்திச் சொன்னா. கூடப் பெறந்தவளச் சொன்ன மாறி வெடக்கிறே சரி இனி மேல பேச மாட்டேன். நாளையில இருந்து நீ ஒரு சுடிதாரை மாட்டிகிட்டு டீ வாங்க வந்துடு' என்று சொன்னதோடு மட்டுமில்லாமல் கையை விட்டுவிட்டு இனியனின் மார்பைக் கிள்ளி விட்டான். கூடியிருந்த இளவட்டக் கூட்டமெல்லாம் கொல்லென்று சிரித்தார்கள். இனியனுக்கு இது சற்றே அவமானமாக இருந்தாலும், அபுவைத் தவிர வேறு யாரும் அவனிடம் அப்படி நடந்து கொள்வதில்லை. ஒரு முறை அபுவின் நண்பர்களில் ஒருவன் இனியனிடம் கிண்டலாகப் பேசியபோது, காது கொடுத்துக் கேட்க முடியாத சொற்களில் வசை பாடி விட்டான் அபு. சிறு வயதில் வறுமையின் காரணமாக வேலைக்கு வந்து இப்படி அலைக்கழிந்து கொண்டிருக்கும் இனியன் மீது அபுவுக்கு ஒரு பரிவு இருந்தது. அதனால் அவனிடம் உரிமை யோடு விளையாடுவான். அதைச் சரியாகவே புரிந்து வைத்திருந்தான் இனியன்.

கடை வாசலில் கூடியிருந்த நண்பர்கள் என்னும் வானரக் கூட்டத்தில் ஒன்று, மெல்லக் குரல் கொடுத்தது.

டேய்... மச்சான்... அபு...

அபு விருட்டென நாற்காலியிலிருந்து எழுந்து நின்றான். ஓர் இளம்பெண் ஜீன்ஸ் பேண்ட் போட்டுக் கொண்டு நடந்து சென்றாள். இந்த மதுரை மாநகரில் ஒரு யுவதி ஜீன்ஸ் பேண்ட் அணிந்து கொள்வதொன்றும் வியப்புக்குரிய செயல் இல்லை. ஆனால் இவர்கள் பெண்களை இப்படி வைத்த கண் வாங்காமல் பார்ப்பதுதான் இனியனுக்கு வியப்பான செயலாகப்பட்டது. இனியன் தன் உள்ளத்தோடு உரையாடிக் கொண்டான்.

அம்மாதான் அடிக்கடிச் சொல்லும் 'காணாத நாயி கஞ்சக் கண்டுச்சாம், ஓயாம ஓயாம ஊத்திக் குடிச்சுச்சாம்'ன்னு. அதுக்கு அர்த்தம் இப்போதான் வெளங்குது எனக்கு.

'ஆத்தாடி... நம்ம கடையில உள்ள பொம்மைகளுக்கு டிரஸ் மாத்தும் போது இவங்க வந்து பாத்தாங்கே அவ்வளவுதான். வரலாறிலேயே இல்லாத சம்பவமெல்லாம் நடந்துடும்.

சட்டென உடலை உலுப்பி விட்டுக் கொண்டான் இனியன்.

அபுவின் டீக்கடை சாலையின் விளிம்பில் உள்ள நடை மேடையை ஒட்டியே இருந்தது. டீப்பட்டறையை மொய்த்துக் கொண்டிருந்த இனியனின் கண்கள் ஒரு வினாடி நடைமேடையில் பறந்தது. அப்போது தற்செயலாக அவன் கண்ணில் பட்டது அக்காட்சி. அது செருப்பணியாத பித்தவெடிப்பேறிய ஒரு பெண்ணின் கால்கள். அது சாதாரண வெடிப்பாக இல்லை. பாளம் பாளமாய் வெள்ளரி வெடித்தது போல் இருந்தது. அந்த வெடிப்புகளில் கருமண் புழுதி படிந்து கருத்துக் கிடந்தது. சிவந்த அவள் நிறத்துக்கும் அவளுடைய குதிகாலுக்கும் எந்தத் தொடர்பும் இருப்பதாகத் தெரியவில்லை. உள்ளபடியே சொன்னால் இனியனுக்கு சற்று அருவருப்பாய்தான் இருந்தது.

அவள் ஆண்கள் அணியும் சட்டையும், ஒரு பூப்போட்டப் பாவாடையும் அணிந்திருந்தாள். இரண்டுமே அழுக்கேறிய சந்தன

நிறத்தில் இருந்தன. அவள் டீக்கடைக்கு அடுத்து இருக்கும் தண்ணீர் டேங்கில் குடிதண்ணீர் பிடிப்பதற்காகக் குடத்துடன் சென்றாள். தண்ணீர் சிந்தி பாவாடையின் கரை நனைந்து, மண்ணில் பட்டு அழுக்காகும் என்பதால் பாவாடையைச் சற்றே ஏற்றிச் செருகிக் கொண்டு நடந்தாள்.

அவள் ஓங்குதாங்கான உயரமும் இல்லை, உருவமும் இல்லை. இனியனுக்கு அவளின் முகத்தைப் பார்க்க வேண்டும் என்று தோன்றியது. ஒரு நிமிடத்துக்கும் குறைவாகத்தான் இருக்கும், இடுப்பில் குடத்துடன் அவள் திரும்பி வந்தாள். இனியனின் கண்கள் அகல விரிந்தன. இந்த 2004 ஆம் ஆண்டு வெளிவந்த 7G ரெயின்போ காலனி படத்தில் பார்த்த அந்தக் கதாநாயகியின் முக அமைப்பு அப்படியே அவளுக்குப் பொருந்தி இருந்தது. ஆனால் அவள் முகத்தில் எந்தவொரு உணர்வும் இல்லை. ஏதோ இந்த உலகத்தில் தான் மட்டுமே இருக்கிறோம் என்ற நினைப்பில் இருந்தது அவளது முகம். ஓர் ஒப்புக்குக் கூட அவள் கண்களில் கருவிழிகள் இங்கும் அங்கும் அசையவில்லை.

இனியனுக்கு அபுவையும், அபுவின் நண்பர்களையும் பார்க்க வேண்டும் போல் இருந்தது. 'இவங்கே கம்பத்துக்குச் சேலையக் கட்டி வச்சாலே கௌப்பிப் பாப்பாங்கே. இப்போ கட வாசல்லையே ஒரு பொண்ணு போகுது...'

பட்டெனத் திரும்பி அபுவையும் அபுவின் நண்பர்களையும் பார்த்தான். இனியனுக்கு, தான் காணும் காட்சியை நம்ப முடிய வில்லை. அபு கல்லாவில் அமர்ந்திருந்தான். அவன் நண்பர்கள் அனைவரும் சாலைக்கு முதுகு காட்டி கடையைப் பார்த்தவாறு நின்றிருந்தனர். இனியனுக்கு ஒன்றும் விளங்கவில்லை.

மாஸ்டர் அண்ணா லேட்டாகுதுண்ணா.... பார்சல போடுண்ணா...

கடைக்கு உள்ளேயும் வெளியேயும் கூட்டம் கூடிவிட்டது. பரபரப்பாக இயங்கிக் கொண்டிருந்த மாஸ்டருக்கு இனியனின் குரல் காதுக்கு எட்டவில்லை.

ரெயின்போ காலனி அடுத்த குடத்துடன் நடந்து வந்தாள். இனியன், சட்டெனத் திரும்பி அபுவையும் அபுவின் நண்பர் களையும் பார்த்தான். முன்பிருந்த அதே நிலை. அவள் குடத்தில் நீரோடு மீண்டும் வந்தாள். டக்கெனத் திரும்பி அபுவையும் அபுவின் நண்பர்களையும் பார்த்தான். மீண்டும் முன்பிருந்த அதே நிலை.

அபுவும் அபுவின் நண்பர்களும், அவள் போனதற்குப் பின் திரும்பி சாலையில் கண்களை மேய விட்டார்கள். இனியன் மண்டையை அழுத்திச் சொறிந்தான்.

‘இவங்கெ, திருந்திட்டோம்முனு சொன்னா தெய்வமே நம்பாது.’

‘ஐயோ, இதக் கேக்காம விட்டா நம்ம மண்ட வெடிச்சிருமே! கேட்டுப் பாப்போம்.’

அபுவின் அருகில் சென்ற இனியன். தான் பார்த்த எல்லாவற்றையும் சொல்லி, ‘அண்ணா... நாங்க எல்லாந் திருந்திட்டோம்ன்னு மட்டும் சொல்லிராதண்ணா. நான் நெஞ்சி வெடிச்சு செத்துப் போயிரு வேன்’ என்று சொல்லிவிட்டு தூக்குப் போட்டுத் தொங்குவது போல நடித்துக் காட்டினான்.

இனியன் பேசியது அபுவுக்கு மட்டுமில்லாமல் அவன் நண்பர்கள் பலரின் காதிலும் விழுந்து விட்டது. ஒரே நேரத்தில் எல்லோரும் கைகொட்டிச் சிரித்தார்கள். இனியனும் சேர்த்து சிரித்தான்.

சில வினாடிகளுக்குப் பிறகு அபு பேசத் துவங்கினான். தத்துவம், வித்தகம், தாண்டியலங்காரமெல்லாம் கற்றப் பெரும் பாவலனைப் போல உவமையோடு சொற்கள் வந்து விழுந்தன.

டேய் இனியா... நல்லாக்கேளு... ‘எச்சிச் சோத்தத் தின்டுறலாம் ஆனா பன்னி தின்ட சோத்தத் திங்க முடியுமா?’ என்றான்.

அது வன்மத்தில் வார்த்தெடுத்த வினா. இனியனுக்குக் குமட்டுவது போல் இருந்தது. ஏன் இவனிடம் வந்து பேசினோம் என்பது போல இருந்தது இனியனின் முகக்குறிப்பு. அபு மறு கேள்வியைக் கேட்டான். ‘டேய் ஒனக்கு என்னோட ஃபிரெண்டு ராஜாவத் தெரியுமா?’ என்றான்.

'ம்ம்ம்... தெரியுமே, மூஞ்சி, கை, காலு எல்லாம் அம்மத் தழும்பா இருக்குமே அவருதானே' என்றான் இனியன்.

'ஆமா... அந்த மலமாடுதான்' என்று கூறிய அபு சுருக்கமாக ஒரு கதை சொல்லத் துவங்கினான். தொடக்கத்திலேயே தெரிந்து போனது ரெயின்போ காலனியின் பெயர் 'பிரியதர்ஷினி' என்ற 'பிரியா.' தாய் தந்தையை இழந்த பிரியா, தன் பாட்டியுடன் தங்கிப் படித்துக் கொண்டிருந்தாள். பாட்டி அரசு வேலையிலிருந்து ஓய்வு பெற்றவள். நோய் உடம்பைத் தின்று கொண்டிருந்தது. அவள் மதுரைக்கு வந்து வேலை செய்யத் துவங்கிய காலத்திலிருந்து இப்போது வரை அந்தக் குடியிருப்புக் கட்டடத்தின் முதல் தளத்தில்தான் குடியிருக்கிறாள். மற்ற பிள்ளைகள் அனுப்பும் பணமும், தன்னுடைய ஓய்வூதியமும் தனக்கும் பேத்திக்கும் போதுமானதாக இருந்தது.

பிரியா கல்லூரி முதல் ஆண்டு சேர்ந்த போதுதான் ராஜாவுடன் காதல் மலர்ந்தது. ராஜாவைப் பார்க்கும் யாரும் அவன் அருகில் சென்று பேசவே அருவருப்புப் படுவார்கள். ஆனால் பிரியா அவன் உருவத்தைப் பெரும் பொருட்டாகக் கருதவில்லை. அவள் அவனது உண்மையான காதலை மட்டுமே விரும்பினாள். மதுரையில் அவர்கள் கால்படாத திரையரங்குகளோ, கோயில்களோ, பூங்காக் களோ இல்லை. காதலில், உரிமைகள் எல்லை மீறிய சில சமயங் களில் தன் உடலையும் அவனோடு பரிமாறிக் கொண்டாள். சில காலங்களுக்குப் பிறகே அவளுக்கு விளங்கியது, ராஜா தன் மீது கொண்டது காதல் அன்று, அது வெறும் உடல் இன்பம் சார்ந்த வேட்கைதான் என்று. அப்போதிலிருந்து ராஜாவிடமிருந்து பிரியா தன்னை விலக்கிக் கொள்ள முயன்றாள். இதை விளங்கிக் கொண்ட ராஜா அவளை மிரட்டத் துவங்கினான்.

அந்த நேரத்தில்தான் தமிழ்நாட்டில் புகைப்படம் எடுக்கும் வாய்ப் புள்ள கைபேசிகள் சிறிது சிறிதாகப் பயன்பாட்டுக்கு வந்து கொண்டிருந்தன. ராஜாவின் கையிலும் அப்படிப்பட்ட ஒரு கைபேசி இருந்தது. அதில் இருவரும் எடுத்துக் கொண்ட புகைப் படங்கள் ஏராளம் இருந்தன. அதனைச் சமூக வலைதளங்களில் பரப்புவேன் என மிரட்டி, தான் சொன்ன இடத்துக்கு வரவழைத்து அவளைப் பயன்படுத்தத் துவங்கினான்.

அதுமட்டுமல்லாமல் தன் நண்பர்களையும் ஏவிவிட்டு அவளைத் துன்புறுத்தினான். இதில் உச்சகட்டக் கொடுமையும் உண்டு. நண்பர்கள் அனைவரும் இரவில் கூட்டம் சேர்ந்து குடித்து விட்டு அவளது வீட்டுக்கே சென்று விடுவார்கள். கதவைத் திறக்கவில்லை என்றால், 'இவள்தான் எங்களை விபச்சாரத்துக்கு அழைத்தாள்' என்று வீதியில் நின்று கூச்சல் போடுவோம் என்று மிரட்டினார்கள். நோய்வாய்ப்பட்டுப் படுக்கையில் கிடக்கும் அவள் பாட்டியைக் கயிற்றால் கட்டி வைத்துவிட்டு பாட்டியின் கண் முன்னேயே பேத்தியுடன் உறவு கொள்வார்கள்.

சில மாதங்களுக்குப் பிறகு அந்த இளைஞர்களுக்கு அவளோடு உடலுறவு கொள்ள வேண்டும் என்ற ஆசையே விட்டுப்போனது. அதற்குக் காரணம் கணக்கில்லாத ஆடவர்களால் அவள் கந்தலாக்கப்பட்டுவிட்டாள். இனி அவளோடு உறவு வைத்துக் கொண்டால் நோய் வந்துவிடும் என்று அவர்கள் அஞ்சினார்கள். எப்படியோ அவள் அந்த மிருகங்களிடமிருந்தது தப்பி விட்டாள். ஆனால் அவளைப் பார்த்தால் பீயைப் பார்த்ததைப் போலக் காறி உமிழும் ஆடவர்களின் தூசனப் பார்வையை எதிர்கொண்டு வாழ்வது, நரகத்தினும் கொடியதாய் இருந்தது அவளுக்கு.

எனவேதான் அவள் ஒரு நல்ல ஆடைகூட அணிவதில்லை. தன்னை அலங்காரப்படுத்திக் கொள்வதில்லை. தன் உடலைக்கூட பேணிக் கொள்வதில்லை. இந்த அவமானக் கறையை அலசித் துவைத்து விட முடியாது என்பதை அவள் நன்கு அறிவாள். ஆனால் தன்னை வளர்த்த அந்தக் கிழவியை விட்டுவிட்டுச் சாக அவளுக்கு மனமில்லை. ஆதலால் இந்த உடல் கூட்டில் உயிரைச் சுமந்து கொண்டு உலவித் திரிகிறாள்.

இக்கதையை எல்லாம் இனியனிடம் சொல்லி முடித்தான் அபு. ஆனால் இதில் பிரியா ஒரு வேசியைப் போன்றும், தன் நண்பர்கள் அனைவரும் ஒரு சூழ்நிலைக் கைதிகளைப் போன்றும் சித்தரித்தது அவனது சொற்கள். தொடர்ந்து அபு பேசத் துவங்கினான்.

'இப்ப புரியுதா? இவள எதுக்குப் பன்னி தின்ட சோறுன்னு சொன்னேன்னு' என்று கூறிவிட்டு ஒரு ஏளனச்சிரிப்பை உதிர்த்தான்.

சிரிப்பில் கூட இழிவுகளைப் படம் பிடிக்க முடியும் என்பதை அப்போதுதான் உணர்ந்தான் இனியன்.

'டேய் தம்பி டீ ரெடிடா...' மாஸ்டரின் குரல் உரக்க ஒலித்தது. இனியனுக்கு, அபுவையும் அவன் நண்பர்களையும் பார்க்கும் பொழுது தன் உடலெல்லாம் சாக்கடைப் புழுக்கள் நெளிவது போன்ற ஓர் உணர்வு உருவானது. தூக்குச் சட்டியைத் தூக்கிக் கொண்டு சாலையில் நடந்தான்.

பிரியாவின் கால்களில் இருந்த வெடிப்புகள் இப்போது இனியனின் இதயத்தில் இருந்தது. கையில் இருந்தத் தூக்குச்சட்டி, தன்னைத் தரை நோக்கி இழுப்பதாக உணர்ந்துதான். இனியனின் இதயத்தில் எண்ணற்ற வினாக்கள் எழுந்து கொண்டே இருந்தன.

வள்ளுவத்தின் காமத்துப்பாலைக் கூட நம் பள்ளிக்கூடத்தில் இன்பத்துப்பால் என்று தானே படிப்பித்தார்கள். காமம் இன்பமென்றால் அதில் ஈடுபடும் இருவருக்கும் அது இன்பம் தரத்தானே வேண்டும். ஒருவரைத் துன்பப்படுத்தி ஒருவர் இன்பம் அனுபவிக்க முடியுமா? அப்படி அனுபவிக்கத் துடித்தால் அந்த உணர்வுக்கு என்ன பெயர்?

காமம் என்பது வெறும் உறுப்பு சார்ந்த விடயம்தானா? இதில் உள்ளத்துக்கு இடமில்லையா? காமம் வந்துவிட்டால் மானுட மாண்புகளெல்லாம் மரித்துப் போய்விடுமா?

பெண்கள், ஆண்களின் காமத்தைத் தணிக்க மட்டுமே உதவும் இயந்திரங்களா? பலரால் பயன்படுத்தப்பட்டவள் 'வேசி' என்றால் பயன்படுத்தியவனுக்குப் பெயரொன்றும் கிடையாதா?

வாழ்வில் வழுக்கி விழுந்த ஒருத்தியை அவமானச் சின்னமாக அடையாளப்படுத்தும் இச்சமூகம், அதற்குக் காரணமான ஆண்களை கண்டு கொள்ளாமல் கடந்து விடுவது சரியா?

நடப்பது ஒரு செயல். ஆனால் அவமானம் பெண்ணுக்கு மட்டும். அதன் நிழல்கூட ஆண்களின் மீது விழுவதில்லையே! இப்பாகுபாடு ஆண்டவன் தந்ததா? ஆண்கள் தயாரித்ததா?

இவளைப் போல இன்னும் எத்தனைப் பிரியாக்கள் இந்த உலகத்தில் இருப்பார்கள்? நான் இன்னும் பெரியவனானால் எனக்கும் இது போன்ற எண்ணங்கள் வந்து விடுமா?

இனியவனின் இதயம் எழுப்பும் எண்ணாயிரம் வினாக்களுக்கு எண்ணற்ற விடைகள் கொடுக்கப்படலாம். ஆனால் விடைகளை உருவாக்கும் வித்தாரக் கள்வர்கள், இதுபோன்ற வினாக்கள் உருவாகாமல் இருக்க வழிவகை செய்வார்களா?

வினாக்களின் வீரியத்தால் இனியனுக்கு நெஞ்சம் குமைந்தது. தன்னையறியாமல் கண்களில் நீர் நிறைந்தது. நெஞ்சம் கனத்தவனாய், தான் வேலை செய்யும் ஜவுளிக் கடைக்குள் காலெடுத்து வைத்தான். அந்த ஜவுளிக்கடையில் வேலை செய்யும் பன்னிரெண்டு பேரில் இனியனையும், கணக்காளரையும் தவிர மற்ற பத்து பேரும் திருமணமாகாத இளம் பெண்கள்.

சுடிதார் செக்சனில் நின்றிருந்த ஈஸ்வரி, கீச்சுக் குரலில் அன்போடு கேட்டாள். 'என்னடா தம்பி கடையில கூட்டமா... நீ போய் ரொம்ப நேரமாச்சேடா...' என்றாள்.

இனியன், அந்த பத்து பெண்களையும் பரிதாபமாகப் பார்த்தான். அவன் நடை தள்ளாடியது. எப்போதும் இல்லாத ஒரு பாவனை அவனிடம் இருப்பதைப் பார்த்த அப்பெண்கள் அனைவரும், அவனையே வெறிக்க வெறிக்கப் பார்த்தார்கள்.

தூக்குச்சட்டியை மேசையின் மீது வைத்த இனியன் 'அக்கா....' என்று பெருங்குரலெடுத்து தரையில் விழுந்து அழுதான். இருபது கைகள் அவனைத் தொட்டுத் தடவித் தேற்றியது. காரணம் ஏதும் அறியாமலே அந்த இருபது விழிகளும் கண்ணீரில் கரைந்தன. கடையின் இண்டு இடுக்கெல்லாம் விசும்பல் சத்தம் கேட்டுக் கொண்டே இருந்தது.

●

7
வெட்டுக்காசு

மனிதனுக்கு பலமாகவும் பலவீனமுமாக இருக்கும் ஒரே விசயம் நினைவுகள் மட்டுமே. கற்பவருக்கும் கலைஞர்களுக்கும் நினைவுகள் பலம் சேர்க்கலாம். காசு பெருத்தவர்களுக்கு அது களி கூட்டலாம். காலத்தால் வஞ்சிக்கப்பட்டவர்களுக்கும், கலப்பைக் கொழுவில் சிக்கிய மண்புழுவாய் நெஞ்சம் நைந்தவர்களுக்கும் நினைவுகள் என்பதே சாபங்கள் தானே! சபிக்கப்பட்ட வாழ்வை வரமாகப் பெற்றவர்களுக்கு நெஞ்சத்தில் நினைத்து நினைத்து அசை போடும் அளவிற்கு அழகான நினைவுகள் வந்து போவதற்கான வாய்ப்புகள் இருப்பதில்லை. அது இருந்தால் தானே வரும்.

தெரு நாய்த் துரத்தும்போது திரும்பிப் பார்க்காமல் பின்னங்கால் பிடரியில் அடிக்க ஓடுவது போலத்தான், கடந்தகால நினைவுகளைத் திரும்பிப் பார்க்காமல் ஓடுகிறார்கள் பெரும்பாலான மனிதர்கள். அவர்களைப் பொறுத்த மட்டும் நினைவுகள் என்பவை நேற்றையப் பிணங்கள். பிணத்தை எரித்து விட்டோ அல்லது புதைத்து விட்டோ அடுத்த நொடியின் வாழ்வில் தன்னை ஒப்புக்கொடுத்துத்தான் ஆக வேண்டியுள்ளது. அது தான் வாழ்க்கை. பிணத்துடனே வாழ

வேண்டும் என நினைத்தால், நினைப்பவனும் சேர்ந்து நாறிப் போவான். அன்று நாறித்தான் போனான் செல்வம்.

அப்போது செல்வத்துக்கு வயது 17. மதுரை விளக்குத்தூணில் அமைந்திருந்த ஒரு அச்சகத்தில் கடைநிலை ஊழியனாகப் பணி புரிந்தான். அந்த நிறுவனத்தின் முதலாளி ஒரு இசுலாமியர் என்பதால் வெள்ளிக்கிழமை நண்பகல் ஜும்மா தொழுகைக்குப் பிறகு அனைவருக்கும் விடுமுறை வழங்கிவிடுவார். வாரத்திற்கு அரைநாள் தான் விடுமுறை. அந்த அரை நாளில் இரண்டு திரைப்படங்கள் பார்த்து விடுவான் செல்வம்.

குண்டுமல்லிக்கும், ஜிகர்தண்டாவுக்கும், புரோட்டாவுக்கும், கோயிலுக்கும் மட்டும் புகழ் பெற்றது அல்ல மதுரை. திரையரங்கு களுக்கும் பெயர் போன ஊர். எத்தனை எத்தனை திரையரங்குகள். ஒரே கட்டடத்துக்குள் இரண்டு மூன்று என்று அமைக்கப்பட்ட வற்றையும் சேர்த்து எப்படியும் முப்பதுக்கு மேல் மதுரையில் திரையரங்குகள் இருக்கும் என்பது அந்த ஆண்டின் அவனது கணக்கெடுப்பு. பத்து ருபாய் முதல் 150, 250 வரை டிக்கெட் விற்கும் அனைத்துத் தியேட்டர்களிலும் படம் பார்த்து விடுவான் செல்வம். கூட்டுச் சேர்ந்து நண்பர்களுடன் செல்வதெல்லாம் அவனுக்குப் பழக்கம் இல்லை. திரையரங்கில் யாரும் அருகில் இல்லாத ஒரு சூழலும் திரைப்படமும் நானும் மட்டுமே என்ற எண்ணமும் இருக்க வேண்டும் அவன் படம் பார்க்கும்போது. என்னவோ அது அவனுக்குப் பிடித்திருந்தது.

செல்வத்தின் பெரியம்மா வீடு K.K.நகர் என்று அழைக்கப்படும் கலைஞர் கருணாநிதி நகரில் இருந்தது. விளக்குத்தூணிலிருந்து தெப்பக்குளம் வழியாகச் செல்லும் பேருந்தில் சென்றால், மாட்டுத் தாவணிக்கு முந்தைய பேருந்து நிறுத்தம்தான் K.K. நகர். அங்கிருந்து வலது இடமாகச் சென்றால் மகாத்மா காந்தி மேல்நிலைப் பள்ளிக்குப் பின்புறமாக அமைந்திருக்கும் அந்த அழகான வீடு.

பெரியம்மாவுக்கு இரண்டு ஆண் பிள்ளைகள், ஒரு பெண் பிள்ளை. பெரியப்பா வெளிநாட்டில் ஜவுளிக்கடை வைத்திருந்தார். அண்ணன்கள் இருவரும் பெரும் படிப்பு படித்துவிட்டு பெரிய

வேலைகளில் இருந்தார்கள். அது என்ன படிப்பு? என்ன வேலை? என்று செல்வம் அறிந்தானில்லை. படிப்பைப் பற்றி அறிந்து கொள்ளவும் கொஞ்சம் படிப்பறிவோ அல்லது கூடுதலான பட்டறிவோ தேவைப்படுகிறதல்லவா? இந்த இரண்டும் இல்லாத செல்வம் அதை எப்படி அறிவான்? பெரியம்மாவின் கடைசி மகள் இப்போது வெளிநாட்டில் கணவனுடன் வசிக்கிறாள். அந்த அக்காவைப் பார்க்கும்போது அப்படியே நடிகைக் குஷ்புவைப் பார்த்தது போலவே இருக்கும். இந்தப் பணக்காரத் தாய் தகப் பனுக்குப் பிறக்கும் பிள்ளைகளுக்கு இத்தனை நிறமும் பொலிவும் அழகும் இன்னும் சொல்லப்போனால் உடம்பில் கூடுதலான சதையும் எப்படி வருகிறதோ தெரியவில்லை என்று அந்த அக்காவைப் பார்க்கும் போதெல்லாம் செல்வம் நினைத்துக் கொள்வான். அண்ணன்களும், அக்காவும் அப்போதைக்கு வெளிநாட்டில் இருந்தார்கள். பெரியம்மாவும், பெரியப்பாவும், மூத்த அண்ணியும், அவர்களுடைய ஒரே மகனும் மட்டுமே அப்போது அந்த வீட்டில் வசித்திருந்தார்கள்.

பொதுவாகவே அந்த வீட்டிலுள்ள எல்லோரும் கடவுள் பக்தி நிறைந்தவர்கள். யாரையாவது வாழ்த்த வேண்டுமென்றால் கூட அரை மணி நேரம் கதா காலட்சேபம் செய்து, புராண இதிகாச மெல்லாம் சேவித்து, போதும் போதும் என்று கூறும்வரை வாழ்த்தி மகிழும் ஆட்கள் அவர்கள். எல்லாவற்றையும் இறைச் சிந்தனை யோடு அணுகும் மனப்பாங்கு இருப்பதால்தான் இறைவன் இவர் களுக்கு இவ்வளவு சொத்து சுகங்களைக் கொடுத்திருக்கிறார் என்று தனக்குத் தானே சொல்லிக் கொள்வான் செல்வம். அதுமட்டுமின்றி நிறைய அறப்பணிகளும் செய்து வந்தார்கள் அவர்கள். ஏழைகள் திருமணம் செய்து கொள்ள இலவசமாக ஒரு பெரிய திருமண மண்டபம் கூடக் கட்டிக் கொடுத்துள்ளார்கள்.

அதுமட்டுமில்லை செல்வம் இப்போது வேலை பார்க்கும் நிறுவனத்தின் முதலாளியும் செல்வத்தின் பெரியப்பாவும் நண்பர்கள். அதனால்தான் பெரியப்பா 'வேலை கொடு' என்று சொன்ன ஒரு சொல்லுக்கு எந்த மறுப்பும் கூறாமல் வேலைக்குச் சேர்த்துக் கொண்டார் செல்வத்தின் அன்றைய முதலாளி. வேலைக்குச்

சேர்த்து விட்டதிலிருந்து, வெள்ளிக்கிழமைதோறும் தங்கள் வீட்டுக்கு வந்து சாப்பிட்டு விட்டுச் செல்லுமாறு பலமுறை பெரியம்மா செல்வத்திடம் கேட்டுக் கொண்டார். ஆனால் அங்கு செல்வதற்கு செல்வத்துக்கு மனமில்லை. காரணம், வெள்ளிக் கிழமை திரைப்படத்துக்குச் செல்ல வேண்டும் என்ற எண்ணம் ஒரு புறம் இருந்தாலும் யார் யாருக்கோ உதவும் இவர்கள் பத்தாவது தேர்ச்சி அடைந்த செல்வத்தை, 'இனி படிக்க வைக்க வசதி இல்லை ஏதாவது வேலையில் சேர்த்து விடுங்கள்' என்று சொல்லி செல்வத்தின் அம்மா, பெரியம்மா, பெரியப்பாவிடம் மருகி நின்றபோது, நன்றாகப் படிக்கும் இந்தப் பையனை ஏன் இப்போதே வேலைக்கு அனுப்ப வேண்டும்? நாங்கள் படிக்கவைக்கிறோம் நீ கவலைப் படாதே! என்று ஒற்றைச் சொல் சொல்லக் கூட அவர்களுக்கு ஏன் மனம் வரவில்லை? ஊருக்கு நல்லவர்களாக இருக்கும் இவர்கள், அவர்கள் குடும்பத்தைச் சேர்ந்த தனக்கு உதவில்லையே என்ற வருத்தம் சில காலங்கள் கோபமாகக் கூட மாறி இருந்தது செல்வத் துக்கு. அதனால்தான் விடுமுறை நாட்களில் கூட அங்கு செல்ல அவன் விரும்புவதில்லை. பிறகு தனக்குத் தானே சமாதானம் செய்து கொண்டான்.

'தடுமாறி தரையில விழுந்து கெடக்குது நம்ம குடும்பம் கைதூக்கி விட ஒரு நாதியும் இல்லை. சொந்தபந்தம் இருந்தும் பிரயோஜனம் இல்ல. அதுனால ஒன்னும் பிரச்சன இல்ல.'

'ஆடு குட்டி போட்டுட்டு மடியிலயா தூக்கி வச்சு பால் குடுக்குது? பசியெடுத்த குட்டி, தானாக் கால ஊன்டி எந்திரிச்சு, மடியில வாய் வச்சு பால் குடிக்குதில்லையா? அத விட நமக்கு ஓரறிவு கூடத்தான இருக்கு. கை கால ஊன்டி நிமிரலாம்.'

'செய்யிறது எந்த வேலையா இருந்தாலும் திருத்தமாத் தெளிவா செஞ்சாப் போதும். ஒரு நாளு இல்ல ஒரு நாளு நம்மளும் நாலுபேரு மதிக்கிற மாதிரி வாழுவோம்.'

'ஆணானப்பட்ட சிவபெருமானே இந்த மதுரையிலதான மண்ணு சொமந்தாருன்னு பெரியவுங்க சொல்லுறாங்க. கடவுளுக்கே அந்த நெலமன்னா நம்மளெல்லாம் எம்மாத்தரம்?'

'சும்மா ஃபிரியா விடு பாத்துக்கலாம்' என்று தன்னைத்தானே தேற்றிக் கொண்டான் செல்வம்.

அன்று வெள்ளிக்கிழமை. ஜூலை மாதம். ஆண்டு 2004. பெரியம்மாவின் வீட்டுக்குள் நுழைந்த செல்வம் அதிர்ந்து போனான். செல்வத்தின் பெரியம்மா பொன் நிறம் கொண்டவள். திருமலை நாயக்கர் தூண் போன்று பெருத்தத் தாட்டியமான உருவம். எப்படியும் 120 கிலோவாவது இருப்பாள். முட்டிக்கு கீழிருந்து பாதம் வரைக் கூட தொடைப்பகுதி போலவே சதைப் பற்றோடு இருக்கும். கழுத்து என்ற ஒரு பகுதி உள்ளதா என்பது பலருக்கும் சந்தேகமாக இருந்தாலும் நெஞ்சில் வந்து விழுந்து கிடக்கும் தங்க நகைகள் கண்களில் தட்டுப்படுவதால் 'கழுத்து உள்ளது' என்பதை ஒப்புக் கொள்ளத்தான் வேண்டும்.

உருவத்திலும் செயலிலும் பெரும் ஆளுமை கொண்டவள் அவள். அவ்வளவு பெரிதாகப் படிக்கவில்லை என்றாலும் அனுபவத்தில் ஆழங்கால் பட்டவள். யாராக இருந்தாலும் தன் வார்த்தைகளுக்கு இணங்க வைத்துவிடும் வல்லமை கொண்டவள். அப்படிப்பட்ட நிலையிலேயே தன் பெரியம்மாவைப் பார்த்துப் பழகிய செல்வம், தன் கண்முன்னே வாய்விட்டு ஒப்புச் சொல்லி அழுது, முகமும் கண்களும் வீங்கிச் சிவந்து போய் அரற்றிக் கொண்டிருந்தவளைப் பார்த்து கண்கள் நிலைகுத்த நின்றான்.

என்ன ஆனது? ஏது ஆனது? என்று ஒன்றும் விளங்காமல் ஓடிச்சென்று தன் பெரியம்மா அமர்ந்திருந்த சோபாவில் அவள் அருகில் அமர்ந்து கொண்டு என்னவாயிற்று? என்று அறிந்து கொள்ள முயன்றான். அவள் தொலைக்காட்சிப் பெட்டியோடுதான் பேசிக் கொண்டுள் ளாள் என்பதை அறிந்து, தொலைக்காட்சியில் ஓடும் செய்தியை உற்றுக் கவனித்தான்.

கும்பகோணத்தில் உள்ள ஸ்ரீ கிருஷ்ணா என்ற ஆரம்பப் பள்ளியில் ஏற்பட்ட கொடுமையான தீ விபத்தில் ஏழு முதல் பதினோரு வயது கொண்ட 94 குழந்தைகள் நெருப்பில் கருகி இறந்து போனார்கள். 18 பேர் படுகாயம் அடைந்துள்ளனர் என்ற அதிர்ச்சியான செய்தியும் கருகிப்போன அந்தச் சிட்டுக் குருவிகளைத் தூக்கி வரும் காட்சியும்

அங்கு எழுந்த அழுகை ஓலத்தையும் காட்சியாகப் பார்க்கும்போது, தன் உயிர்த் துடிப்பதையும், அது வலிப்பதையும் முதல் முறையாக உணர்ந்தான் செல்வம்.

பெரியம்மா ஒப்பு வைத்து அழுதாள்.

'நாம் பெத்த மக்கா... இப்புடிக் கருகி கரிக்கட்டையா கெடக்கியலே.'

'அம்மா மீனாட்சி இதையெல்லாம் பாத்துக்கிட்டுத்தான் இருக்கியா?'

'பாவம் பழி அறியாத பச்ச மண்ணுகளெல்லாம் இப்புடிக் கருகிப் போயி கெடக்குதுகளே...'

'பத்து மாசம் சொமந்து பெத்தவ என்னப் பாடு படுறாளோ'

'தெய்வமே வந்து அடுத்த புள்ளையாப் பொறந்தாலும் செத்த புள்ளைய நெனச்சு நெனச்சு, தாஞ்சாகும் காலம் வரைக்கும் ஈனப்படுவாளே ஒரு பெத்த தாயி...'

'கடவுளே! அப்புடி என்ன ஒனக்குப் பசி வந்துச்சு? பச்ச மண்ணுகள அள்ளி வாயில போட்டுக்கிட்டியே...'

'இது பொறுக்குமா? இது ஒனக்கே அடுக்குமா?'

'ஐயோ... பாக்க முடியலையே...'

'அடி பாவி மக்கா... அப்பன் ஆத்தாளுக்கு கொள்ளி வக்கெவா இப்படி நரகத்துக் கொள்ளிக்கட்டையாக் கெடக்குறீங்க.'

'அப்பா... ஆம்புள சாமிகளா... யம்மா... பொம்புள சாமிகளா... நீங்கல்லாம் இருக்கீங்களா? இல்ல எங்கேயாவது செத்துச் செங்கச் சொமக்கப் போய்ட்டீகளா?'

'ஆத்தாடி... நாம் பெத்த ஈரக்கொலைகளா! இப்புடியாக் கருகிப் போனீங்க...'

'எத்தன கோயில் கொளம் ஏறி எறங்கி, மடிப்பிச்ச வாங்கி, மண் சோறு தின்னு, மாவெளக்கு ஏந்தி, நேராத சாமிக்கெல்லாம்

நேத்திக்கடன் வச்சு, எத்தன வருசம் தவமிருந்து இந்தக் குஞ்சுக் குருமானுகளைப் பெத்துருப்பாளுக இதுகளைப் பெத்தத் தாயிக. இந்தக் கோலத்துல தாம் பெத்த புள்ளைய ஒரு தாய் பாத்தா நெஞ்சு வெடிச்சுச் செத்துர மாட்டாளா...'

'வயித்துல இருந்த புள்ளய நெருப்புக்கு அள்ளிக் குடுத்துட்டு, நெருப்ப அள்ளி நெஞ்சுல சொமக்க விட்டுட்டியே தெய்வமே!'

'எப்பா சொக்கநாதா! பன்னிக் குட்டிக்குப் பால் குடுத்தியே! அந்தப் பன்னிக் குட்டியக் காட்டியும் இளக்காரமா போயிடுச்சா இந்தப் பச்ச மண்ணுக.'

'எட்டாயிரம் சமணர்கள கழுவேத்தும் போது பாத்துக்கிட்டு இருந்தவன்தான நீயி!'

'தாய் தகப்பன் வெட்டிச் சமைக்கெப் புள்ளைக்கறி கேட்டவன்தான நீயி!'

'ஒனக்குப் புள்ளப் பாசமுன்னா என்னன்னு தெரிஞ்சிருந்தா நீ இப்புடிப் பண்ணியிருப்பியா?'

'மன்மதன அழிச்சே, திரிபுரத்த எரிச்சே. அதுகூட கெடக்கட்டும். நந்தனாரச் சுடாத நெருப்ப, இந்தப் பள்ளிக்கூடம் படிக்கிற புள்ளைங்கள மட்டும் எதுக்கு சுடவச்சே?'

'சுடுகாட்டுச் சாம்பலப் பூசிக்கிட்டு குதியாட்டம் போடுறவனே... இத்தன புள்ளைக வாழ்க்கயிலயும் சுடுசாம்பல அள்ளிப் போட்டுட்டியே...'

'கொல செய்யுற தெய்வத்துக்கு கோயில் ஒரு கேடா!'

வெறி கொண்டவளாய் கடவுளை நிந்தித்துக் கொண்டிருந்தவள் திடீரென்று முந்தானையை உதறி மூக்கைச் சிந்தி, முகத்தைத் துடைத்தாள். அழுது புலம்பி ஓய்ந்துவிட்டாள் என்று நினைத்த செல்வத்தை மீண்டும் அதிர்ச்சிக்குள்ளாக்கும் விதமாக, தானாக இட்டுக்கட்டி ஒப்பாரிப் பாடல் ஒன்றைப் பாடத் துவங்கினாள்.

முல்லக்கொடி போல
முள்ளங்கிப் பத்த போல

கர்ண மகராசன்
கையிருப்பு பொன்னப் போல

வீதிக்கு எறங்கி வந்த
வெள்ளிநிலாத் துண்டப்போல

தங்கச் செலையப் போல
தாமரைப்பூ எதழப்போல

சீனிக் கற்கண்டு
என் செந்தூரப் பூச்செண்டு
செல்ல மொழிபேசி என்னச்
சொக்க வைக்கும் பொன்வண்டு

செவக்கி உடுத்தலியே!
செவ்வந்திப்பூ பூக்கலியே!

மஞ்சக் குளிக்கலியே!
மாமன் முகம் பாக்கலியே!

மஞ்சள் தாலி கட்டி
மஞ்சத்துல சேரலியே!

மாங்கா கடிப்பதுக்கு
மரிக்கொழுந்து ஏங்கலியே!

வாயும் வயிறுமாகி
வளைகாப்பு காங்கலியே!

பாதகத்திப் பாட்டியாக
பாழும் விதி கூடலியே!

தங்கச் சரடு ஒன்னு தணல் பட்டு உருகிடுச்சே...
தகிக்கும் நெருப்புப் பட்டுத் தாமரைப்பூ கருகிடுச்சே...
சேத்துவச்ச செல்வமெல்லாம் செல்லாக் காசாகிடுச்சே...
செல்லமா வளத்த கிளி செத்து மடிஞ்சுடுச்சே...
கண்ணு முழிச்சிருக்கக் கருவூலம் அழிஞ்சிடுச்சே...
கட்டிக் கரும்பு ஒன்னு கருகி உதுந்துடுச்சே...

மாவில் விளக்கெரிச்சேன்
மடிப்பிச்சை நானெடுத்தேன்
மாசாணி கோயிலிலே மஞ்சோறும் தின்னு வந்தேன்

துறந்தத் துறவியர்க்கும் துக்கப்படும் ஏழைகட்கும்
தேதியொன்னும் தவறாம தானமெல்லாம் செஞ்சு வந்தேன்

தெருஓரக் கல்லை எல்லாம் தெய்வம்முன்னேக் கும்புட்டேன்
தெய்வம் நம்மக் காக்குமுன்னு திசையெல்லாம் தெண்டனிட்டேன்

ஈரம் எழந்த சாமி எனக்குச் சோரம் எழச்சிருச்சே!
ஈன எழவுச் சாமி என் ஈரக்கொல கிழிச்சுருச்சே!
பாவி பரந்த சாமி வச்சப் படையலயே மறந்துருச்சே!
பின்னேரம் பசி எடுக்க எம் பிள்ளக் கறி தின்னுருச்சே!

மனுசன் குத்தஞ் செஞ்சா தெய்வத்துட்ட சொல்லிடுவேன்
தெய்வம் செஞ்ச குத்தமித எங்கு சொல்லி நானழுவேன்?

வார்த்தைகள் மட்டும் ஓய்ந்ததே தவிர அவள் அழுகை ஓய்ந்த பாடில்லை. பெரியம்மாவின் ஒப்பாரி செல்வத்தின் மனதைப் பெரிதும் பாதித்தது. அவனால் அழுகையை அடக்கமுடியவில்லை. தலையைத் தொங்கவிட்டவனாய் கண்ணீரை உதிர்த்துக் கொண்டிருந்தான்.

தொலைக்காட்சிப் பெட்டிக்கு வலதுபுறமா இருந்த அறையின் கதவைத் திறந்துகொண்டு பெரியப்பா வெளியே வந்தார். அவரைப் பார்த்த வேகத்தில் செல்வம் எழுந்து நின்று, ‘பெரியப்பா நல்லா இருக்கீங்களா?’

'ம்ம்ம்... நீ எப்புடி இருக்கே? இந்தப் பக்கமே வாரதில்ல போல'

'இல்ல பெரியப்பா... லீவு அன்னிக்குத்தான் துணி தொவச்சிப் போடுவேன். பிறகு கொஞ்ச நேரம் தூங்குவேன். அதோட அரநாள் லீவு முடிஞ்சுடும். இங்க வந்துட்டுப் போக நேரம் கெடக்கிறதில்ல பெரியப்பா...' என்று கொஞ்சம் கூட பிசிறில்லாமல் பொய் சொன்னான் செல்வம். அது நம்பும்படியாக இருந்ததால் பெரியப்பா மறு வார்த்தைப் பேசவில்லை.

உண்மையைச் சொல்ல வேண்டுமென்றால், செல்வத்துக்கு அந்தப் பெரியப்பாவை எள்ளளவும் பிடிக்காது. தன் தாயின் உடன் பிறந்த அக்கா என்பதால் பெரியம்மா செல்வத்தின் குடும்பத்தை அரவணைத்துக் கொள்வார். ஆனால் பெரியப்பாவுக்கு அந்த மனநிலை எப்போதும் இருந்ததில்லை. வேண்டா விருப்பாகத்தான் அவர்களை எதிர் கொள்வார். பெரியப்பா என்ற சொல்லைக் கேட்டாலோ, சொன்னாலோ, அவரைப் பார்த்தாலோ செல்வத்தின் மனத்திரையில் அந்த ஒரு காட்சி மட்டுமே வந்து போகும்.

அப்போது செல்வம் ஐந்தாம் வகுப்புப் படித்துக் கொண்டிருந்தான். அம்மா, அண்ணன், தம்பியோடு முழுஆண்டு விடுமுறைக்கு தன் பெரியம்மா வீட்டுக்கு வந்தார்கள். மதுரைக்கு வந்தாலே கொண்டாட்டம்தான். அந்தப் பெரிய வீட்டில் ஒளிந்துப் பிடித்து விளையாடுவது மிக மிக சுவாரஷ்யமாக இருக்கும். கண்ணாடிப் பேழைக்குள் வைக்கப்பட்டிருக்கும் வகை வகையான விளை யாட்டுப் பொருட்களை எடுத்து விளையாடலாம். அருகில் உள்ளப் பூங்காவுக்கு போகலாம். அங்கே விற்கும் டெல்லி அப்பளம் வாங்கித் தின்னலாம். மிளகாய்த் தூளும் உப்பும் தூவப்பட்டிருக்கும் அந்தப் பெரிய அப்பளத்தைக் கொஞ்சம் கொஞ்சமாகக் கடித்து, வாயில் அரைத்து விழுங்க, அது தொண்டை வழியாக இறங்கும் போது ஏற்படும் சுவையும் உணர்வும் இருக்கிறதே! ஐயோ... அந்த அப்பளம் விற்பவரோடு சென்றுவிடலாமா! அவர் தினமும் அப்பளம் தருவாரே என்ற எண்ணம் வந்துவிடும் செல்வத்துக்கு.

அது போக பெரியம்மா வீட்டில் சமைப்பதற்கு, துவைப்பதற்கு, தரையைச் சுத்தம் செய்வதற்கு, கடைக்குச் சென்று பொருட்கள்

வாங்கி வருவதற்கு, கார் ஓட்டுவதற்கு என்று தனித்தனி ஆட்கள் இருப்பார்கள். அங்கு மளிகைப் பொருட்கள் வைப்பதற்கென்றே ஒரு தனியறை இருந்தது. அதற்குள் சென்றால் ஒரு மளிகைக் கடைக்குள் சென்றது போலவே ஒரு தோற்ற மாற்றம் ஏற்பட்டு விடும்.

அவர்கள் வீட்டில் உள்ள எல்லோரும் வீட்டுக்குள் செருப்புப் போட்டுக் கொண்டுதான் திரிவார்கள். அவர்கள் பேரன்கள் விளையாடும் விளையாட்டுப் பொருட்களை 'டெட்டால்' போட்டுக் கழுவி, வெள்ளைத் துணியில் துடைத்துக் கொடுப்பார்கள். அதுபோக கிழவிகள் யாரையும் குழந்தையைத் தூக்க விட மாட்டார்கள். வீட்டில் உள்ளவர்கள் தவிர வேறு யாரும் குழந்தைக்கு முத்தம் கொடுத்துவிடக் கூடாது என்பார்கள். காரணம் ஏதாவது கிருமித்தொற்று வந்து விடுமாம். எல்லாப் பணக்காரர்களும் பயப்படுவது கிருமிக்கு மட்டும்தான் போல.

அவர்கள் வீட்டுச் சமையலறையில் ஒரு பெரிய வெளிநாட்டு அடுப்பு இருந்தது. அது ஒரு வாஷிங் மிஷின் உயரத்துக்கு இருக்கும். அதன் மேலே நான்கு தனித்தனிப் பாத்திரங்கள் வைத்துத் தனித்தனி உணவுப் பதார்த்தங்கள் சமைப்பார்கள். அடுப்பின் கீழ் அதன் நடுப்பகுதியில், தோலுரித்த முழுக்கோழி ஒன்று மசாலாவில் குளித்து, இரும்புக் கம்பியால் கழுவேற்றப்பட்டு, குறுக்கு வசமாய் சுற்றிக் கொண்டிருக்கும். அதில் உள்ள கொழுப்பு எல்லாம் கீழே உள்ள தட்டில் இறங்கி விடுமாம். கொழுப்பிருந்தால் உடலெடை மேலும் கூடிவிடுமாம். அதற்காக இப்படி ஒரு ஏற்பாடு செய்திருந் தார்கள். அடுப்போடு இணைந்தே இருக்கும் அதன் பெயர் 'ஓவன்' என்பதாம்.

கோழி பொரிந்தவுடன் அந்த இயந்திரத்திலிருந்துக் காட்டுப்பூச்சிக் கத்துவது போல ஒரு சத்தம் வரும். அதன் பிறகு அதை வெளியே எடுத்து அதன் மேலே எலுமிச்சைச் சாறு பிழிந்துவிட்டு, பெரியத் தட்டில் வைத்து உணவு மேசைக்கு எடுத்து வருவார்கள். பெரியம்மாவின் மகன்களும், மகளும் ஆளுக்கு ஒரு காலைப் பிடித்து அந்தக் கோழியின் கவட்டைக் பிளப்பார்கள். கையில்

கிடைத்த அந்தப் பெருந்துண்டை முன் பல்லால் கடித்து இழுத்து, சூட்டோடு சூடாக மென்று விழுங்கி, அதன் நிறைகுறைகளைப் பகிர்ந்து கொள்வார்கள். சாப்பிடுவதைக் காட்டிலும் இதை வேடிக்கை பார்த்து வியந்து போவார்கள் செல்வமும் அவன் அண்ணன் தம்பியும்.

இது என்ன பிரமாதம்? அந்த குஷ்பு அக்கா குளிக்கிறதுக்காக ஒரு பெரிய ரூம் அளவுக்கு அங்கு ஒரு பாத்ரூம் இருந்தது. ஆத்தாடி! கண்கொள்ளாத காட்சி அது. ஆறடி நீளமும் மூன்று, மூன்றரை அடி உயரமும் கொண்ட பீங்கான் தொட்டி அது. அவர்கள் சோப்புப் போட்டுக் குளிக்க மாட்டார்களாம். தொட்டியில் தண்ணீர் நிரப்பும் போதே உள்ளே சோப்பைப் போட்டு விடுவார்களாம். பிறகு, சோப்பு 'நுதைத்து நுரைப் பொங்கிக் கிடைக்கும் அந்தத் தொட்டியில் இறங்கிப் படுத்துக் கொள்வார்களாம்' என்று செல்வத்தின் அண்ணன் செல்வத்திடம் அந்தத் தொட்டியைக் காட்டி விளக்கப்படுத்தினான். அப்போது, செல்வம் அதை நம்பவே இல்லை.

'என்ன அண்ணே... எங்கிட்டயே ஓம் பேய்க் கதைய அவுத்து விடுறியா?'

'ஒலகத்துல யாரவது படுத்துக்கிட்டு குளிப்பாங்களா?'

'படுத்துக்கிட்டு குளிச்சா எப்புடி முதுகு தேய்க்க முடியும்.'

'தண்ணிக்குள்ள படுத்துக் கெடந்தா மூக்குக்குள்ள தண்ணி போயி பொற ஏறிடாதா?'

'இதைப் பத்தி ஒனக்குத் தெரியலன்னா தெரியல்லேன்னு சொல்லு... அத விட்டுபுட்டு இல்லாத இல்லாத கதையெல்லாம் சொல்லாத' என்றான் செல்வம்.

செல்வத்தின் அண்ணனுக்கு சுருக்கென்று கோபம் வந்துவிட்டது. செல்வத்தின் பிடரியிலேயே போட்டான் ஒரு போடு.

'அட... மெண்டல் நாயே... நா என்னப் பேய்க்கதையா சொல்லிக் கிட்டுருக்கேன்.'

'தெரிஞ்சவுங்க சொன்னாக் கேளுடா... கிறுக்கன் மாறி பேசுன்னா செப்பையக் கழட்டிருவேன்' என்றான் கடும் காட்ட மாக.

பிடரியைத் தடவிக்கொண்டே செல்வம் சொன்னான்.

'நீ என்னைய அடிக்கிறதுனால நீ சொல்லுறது எல்லாம் உண்மன்னு ஆகிடாது.'

'நாஞ்சொல்லுறதப் பொறுமையாக் கேளு.'

'நம்ம ஊருல ரெண்டு நாளைக்கி ஒருமொறதான நல்ல தண்ணி வரும். நம்ம அம்மா தெருக் குழாயில புடிச்சுக்கிட்டு வந்து, சிமெண்டு தொட்டியில நெறச்சு வைக்கும். அந்தத் தொட்டியில பாசி புடிக்கும். அத, வாரத்துல ஒருநாளு பிளீச்சிங் பவுடர் போட்டு கழுவணும்.'

'இங்க ஒருநாள் விட்டு ஒருநாள் தான் நல்ல தண்ணி வரும். அத சிமெண்டு தொட்டியில புடிச்சு வச்சா பாசி புடிக்குமுன்னு பீங்கான் தொட்டி வாங்கி வச்சிருக்காங்க.'

'இதக் கூட புரிஞ்சுக்காம... இத நெறப்பாங்களாம்... படுப்பாங் களாம்... குளிப்பாங்களாம்...'

வாயில் கை வைத்து மூடிக்கொண்டு அண்ணனைப் பார்த்து நக்கல் செய்து குலுங்கிக் குலுங்கிச் சிரித்தான் செல்வன். அண்ணன்கார னுக்கு ஆத்திரம் பொறுக்க முடியவில்லை. செல்வத்தின் கழுத்தைப் பிடித்துத் திருப்பி, புட்டத்தோடு சேர்த்து எத்தினான் ஒரு எத்து. அந்தக் குளியலறையின் மூலையில் தண்ணீர் நிறைந்திருந்த பிளாஸ்டிக் வாளியைப் பிடித்தபடி தலை குப்புற விழுந்தான் செல்வம். அந்தப் புதிய பிளாஸ்டிக் வாளி சில்லுச் சில்லாய் நொறுங்கியது.

'பன்னிக்கி பெறந்தவனே செத்துத் தொலடா...' என்று கத்திவிட்டு சிட்டாய்ப் பறந்து ஓடித் தொலைந்து போனான் செல்வத்தின் அண்ணன்.

சத்தம் கேட்டு ஓடி வந்தாள் செல்வத்தின் அம்மா. வாளியை நொறுக்கியதோடு, தொப்புத் தொப்பாய் நனைந்து நிற்கும்

செல்வத்தைப் பார்த்ததும் அவளுக்குக் கடுமையான கோபம் வந்து விட்டது. இனி என்ன செய்தாலும் வாளி பழைய நிலைக்கு வராது என்று தெரிந்ததும் அந்த வாளியின் மேலேயே அவனைப் படுக்கப் போட்டு மிதித்து நகட்டினாள்.

'அடக் கழிச்சல்ல நீ போவ... படிச்சிப் படிச்சு சொல்லித்தானேக் கூட்டிக்கிட்டு வந்தேன்.'

'இந்த ஆடுகாலி வேலையெல்லாம் பாக்கக் கூடாது. இருந்த எடத்துல பொட்டுக் கனக்கா இருந்து வெளையாடணுமுன்னு சொன்னனா? இல்லையா?'

சொல்லுக்குத் தக்கவாறு ஏற்ற இறக்கத்துடன் எத்து விழுந்து கொண்டே இருந்தது.

'நாசாமாப் போக... என்னையக் கொஞ்ச நேரம் நிம்மதியா இருக்க விடுறியா?'

'பெரியம்மா வீட்டுக்குப் போகணும். பெரியம்மா வீட்டுக்குப் போகணுமுன்னு ரெக்கை கட்டிப் பறந்தியே... இப்புடிச் சட்டு முட்டுச் சாமானுகள நொறுக்கத்தான் அந்தப் பற பறந்தியா? இந்தா வாங்கு' ஓங்கி எத்தினாள். 'இந்தா வாங்கு' உரக்க எத்தினாள்.

கதவிடுக்கில் விரல் நசிந்தக் குழந்தையைப் போல வீறிட்டுக் கத்தினான் செல்வம்.

அவன் தொண்டை கிழியக் கத்தும் சத்தம் அவளுக்கு மேலும் எரிச்சலைக் கூட்டியது.

'இப்புடி நாய் கத்துன மாறி கத்துறதுக்கு யாருடா ஒனக்கு சொல்லிக் குடுத்தது? கத்துவியா?... கத்துவியா?...'

என்று கேட்டுக்கொண்டே சங்கில் காலை வைத்து அழுத்தினாள். நல்ல வேளையாக, சத்தம் கேட்டு பெரியம்மா வந்துத் தடுத்து விட்டாள். இல்லாவிட்டால் அன்றே சங்கு நெரிந்து சங்கூதியிருப் பார்கள் செல்வத்துக்கு.

'ஏண்டி பைத்தியக்காரி... பெத்த புள்ளையப் போயி, நாய் பேய அடிக்கிறமாதிரி அடிக்கிறே?'

'அடிக் கொலைகாரி... நாம் மட்டும் வரலன்னா இவன் கழுத்துல ஏறி நின்னு இருப்பியேடீ'

'பெத்த புள்ளைய இந்தப்பாடாப் படுத்துவே... ஒனக்கெல்லாம் புள்ள கொல்லி எதுக்கு?''

தன் தங்கையைத் திட்டிக் கொண்டே செல்வத்தை அணைத்தபடி கூட்டிச் சென்று, துண்டை எடுத்துத் துடைத்துவிட்டாள். செல்வத்தின் அம்மாவுக்கு கோபம் அடங்கியபாடில்லை.

'அக்கா... கொல்லி வைக்க புள்ள வேணுமுன்னு பெத்தா... இதுக ஒவ்வொரு மணிநேரத்துக்கு ஒவ்வொரு மொற எனக்குக் கொல்லி வக்கிதுக.'

'அதுலயும் இவனப்பத்தி ஒங்களுக்குத் தெரியாதுக்கா... ஒலகத்த வித்து ஒலையில போட்டுருவான். கழிச்சல்ல போறவன்.'

அவளுக்கு இன்னும் ஒரு சொட்டுக் கோபம் மீதமிருந்தது. கோபத்தை விழுங்க முயன்றவளாய் அக்காவிடம் கேட்டாள்.

'அக்கா டீ போட்டுத் தரட்டுமா?'

'ம்ம்... போடு. பிள்ளைகளுக்கும் சேத்துப் போடு' என்று கூறியபடி செல்வத்துக்கு தலை துவட்டிக் கொண்டிருந்தாள் செல்வத்தின் பெரியம்மா.

செல்வம் உரத்த குரலில், 'எனக்கு டீ வேணாம் பூஸ்ட் போடு' என்றான்.

நடந்து போய்க் கொண்டிருந்தவள் திரும்பி வந்து தன் அக்காவை சற்றே விலக்கிவிட்டு விட்டு, விட்டாள் ஒரு எத்து. அவன் சுவற்றில் அடிபட்டு சரிந்து விழுந்தான்.

'பொறுக்கித் தின்னிப் பயலுக்கு பூஸ்ட் வேணுமாம் பூஸ்ட்'

'அவன் பேச்சப் பாத்திங்களா? என்னா அதிகார மசுரா பூஸ்ட் போடுன்னு சொல்லுறான்னு.'

'பூஸ்ட்டாப் போடணும் பூஸ்டு. நீ வெளிய வா. பழைய வௌக்க மாத்தக் கொண்டு பூசயப் போடுறேன்.'

பெரியம்மாவுக்கு என்ன சொல்வதென்றே தெரியவில்லை.

‘எப்பா செல்வம்... ஏன் இப்புடி அடிவாங்கிச் சாவுறே? அம்மா சொல்லுறதக் கேட்டு நல்ல புள்ளையா நடந்துக்கப்பா’ என்றாள்.

அன்று மாலையே வாசலில் இருந்த ஒரு பூந்தொட்டியை உடைத்து விட்டு விளக்குமாற்றால் பூசை வாங்கினான் செல்வம்.

இப்படி அடியும் அன்பும் கலந்த மயக்கம் தான் செல்வத்தின் அக்கால உலகமாக இருந்தது.

மதுரைக்கு வந்தால் என்னதான் மகிழ்ச்சியாக இருந்தாலும் ‘பெரியப்பா’ அந்த வீட்டில் இருந்தால் எரிச்சல் எரிச்சலாக வரும் செல்வத்துக்கும் அவன் அண்ணன் தம்பிக்கும். அந்தமுறை இவர்கள் சென்ற மூன்று நாட்களில் வெளிநாட்டிலிருந்து வந்துவிட்டார் பெரியப்பா.

அன்று நண்பகல் 12 மணி இருக்கும். அந்தப் பெரியப்பா, செல்வம் உள்ளிட்ட மூவரையும் அழைத்தார். செடிகளைப் பராமரிப்பவர் இரண்டு நாட்களாக வரவில்லை என்றும் வீட்டின் முன்பக்கம் துவங்கி வீட்டைச் சுற்றி அமைக்கப்பட்டிருக்கும் எல்லாச் செடி களுக்கும் தண்ணீர் ஊற்றுங்கள் என்றும் கூறினார்.

சிறுவர்கள் மூவரும் ஆர்வமாக வேலை செய்யத் துவங்கினார்கள். நான்கு சக்கர வாகனம் நிறுத்தப்பட்டிருக்கும் இடத்தின் மூலையில் ஒரு தண்ணீர்க் குழாய் இருந்தது. அது காரைக் கழுவுவதற்காகவே புதிதாக அமைக்கப்பட்டிருந்தது. மூன்று வாளிகளைக் கொடுத்து அந்தப் பைப்பில் தண்ணீர் பிடித்து வந்து செடிகளுக்கு ஊற்றும்படி ஆணையிட்டார் பெரியப்பா. முதுகில் ஒரு பலகைக் கட்டையை நெட்டு வாக்கில் வைத்துக் கட்டியது போல நிமிர்ந்தபடி உலவிக் கொண்டும் சிறுவர்களிடம் வேலை ஏவிக் கொண்டும் இருந்தார் அவர்.

செல்வத்துக்குக் கொடுத்த வாளி மட்டும் கனமாகவும், பெரிதாகவும் இருந்தது. அதில் தண்ணீர் பிடித்துத் தூக்கி வருவது சிரமமாக இருந்தது. பெரிய மலையையேத் தூக்க விட்டது போல முக பாவத்தை மாற்றிக் கொண்டு பெரியப்பாவிடம் பேசினான்.

'பெரியப்பா... எனக்கு மட்டும் பெரிய வாளி தந்துட்டாங்க பாருங்க...'

'நான் தான் நெறையத் தண்ணி ஊத்துறேன், கஷ்டப்பட்டு வேல பாக்குறேன்...' என்று வேடிக்கையாகப் பேசினான்.

பெரியப்பா என்ன மனநிலையில் இருந்தாரோ தெரியவில்லை.

'திங்குற சோத்துக்கு கொஞ்சமாவது கஷ்டப்பட்டு வேல பாக்கணும்' என்றார்.

எதிலும் எப்போதும் விளையாட்டாகவே திரிந்த செல்வத்தை அந்தச் சொற்கள் ஏதோ செய்து விட்டது. அதற்குப் பிறகு அவன் யாரிடமும் பேசவே இல்லை.

அன்று மாலை பெரியப்பாவின் சொந்தக்காரர்கள் வந்திருந்தார்கள். அவர்களும் மதுரையில் சொக்கி குளத்தில்தான் குடியிருந்தார்கள். அவர்களிடமும் காரெல்லாம் இருந்தது. அவ்வப்போது அவர்கள் குடும்பத்தோடு பெரியம்மா வீட்டுக்கு வந்து போவார்கள். அப்படித் தான் அன்றைய நாளும் வந்தருளினார்கள். வந்தக் கூட்டத்தில் செல்வத்தின் தம்பியை விட இரண்டு வயது பெரிய பையன்கள் இருவர் வந்திருந்தார்கள். பெரியப்பா அவர்களைத் தூக்கி முத்த மிட்டார். மடியில் தூக்கி வைத்துக் கொண்டார். சிறுவனாகவே மாறி அவர்களுடன் கொஞ்சி விளையாடினார். இதைப் பார்க்கும் போது செல்வத்துக்கு மலைப்பாக இருந்தது.

அந்தப் பையன்களுக்கும் அவர் பெரியப்பாதான். நமக்கும் அவர் பெரியப்பா தான். ஒரு நாள்கூட நம்மை இப்படிக் கொஞ்சிய தில்லையே! மடியிலெல்லாம் தூக்கி வைத்துக் கொண்டதில்லையே! இந்த வேறுபட்ட பார்வையும் உபசரிப்பும் எதனால் என்று, அன்று அவனால் விளங்கிக் கொள்ள முடியவில்லை. மறுநாள் தன் அம்மாவிடம் சொன்னான்.

'அம்மா... பெரியப்பா அந்தப் பசங்ககிட்ட மட்டும் பாசமா இருக்காருமா. எங்ககிட்ட அப்புடி இருக்குறதிலையே ஏம்மா?' என்றான்.

குலை நடுங்கிப் போனாள் அம்மா. சிறுவனின் மனதில் வெறுப்பை விதைத்துவிடக் கூடாது என்ற பொறுப்புணர்வோடு, சடைத்துக் கொண்ட தொனியில் அவனிடம் பேசினாள்.

'பெரியம்மாவும் நானும் ஒரு தாய் பெத்த மக்க. அதுனால அவங்களுக்குத்தான் நம்ம மேல பாசமும் உறுத்தும் இருக்கும். இந்தப் பெரியப்பாவுக்கு நான் யாரு? கூடப் பெறந்த அக்காவா தங்கச்சியா? அவுங்க பொண்டாட்டிக்கு தங்கச்சி. வருசத்துல பத்து நாளைக்கி வீட்டுக்கு வார விருந்தாளி அவ்வளவு தானே. பெரியம்மா ஒம்மேல பாசமா இருக்காங்கதான அத மட்டும் பாரு. கண்டதை யும் நெனைக்காத' என்றாள்.

'அம்மா... அப்ப ஒன்னோட கூடப் பிறந்த அண்ணன் தம்பி இருந்தா அங்க போவோமா? அவுங்க எங்க மேல பாசமா இருப்பாங்க ளாம்மா...' என்று பாவமாய்க் கேட்டான் செல்வம்.

இந்தக் கேள்வியை எதிர் பார்க்காதவள், தன் கையால் தன் நெஞ்சைத் தொடுவதற்கு முன் அவள் கண்ணீர் கன்னத்தைக் தொட்டது. என்ன நினைத்தாள், எதை நினைத்தாள் என்று தெரிய வில்லை. முந்தானையை எடுத்து முகத்தை மூடிக்கொண்டு சத்த மில்லாமல் குலுங்கிக் குலுங்கி அழத் துவங்கி விட்டாள். செல்வம் அம்மாவைக் கட்டிக்கொண்டு சிறிது நேரம் அவனும் அழுதான். எதற்கு அம்மா அழுகிறாள் என்ற காரணம் அவனுக்குத் தெரிய வில்லை. ஆனால் அம்மா அழுகிறாள் என்ற காரணம் மட்டுமே அவனுக்குப் போதுமானதாக இருந்தது.

'அம்மா... நீதான எனக்கு எப்போதும் சாப்பாடு தருவே. ஒனக்கு நான் நெறைய வேல பாத்துத் தாறேம்மா...'

'நம்ம, நம்ம வீட்டுக்கே போயிரலாம்மா... நான் சேட்ட பண்ண மாட்டேன். நீ சொல்லுறதக் கேட்டு நல்ல புள்ளையா நடந்துக்கு வேன். வாம்மா நாம போயிரலாம்...'என்று அழுதபடியே கூறினான்.

அவள் செல்வத்தை நெஞ்சோடு அணைத்துக் கொண்டாள். அன்றே தன் அக்காவிடம் பல சாக்குப் போக்குகளைச் சொல்லிவிட்டு பிள்ளைகளைக் கூட்டிக்கொண்டு பஸ் ஏறினாள் தன் சொந்த

ஊருக்கு. அன்றைய நாளிலிருந்து ஐந்து ஆண்டுகளுக்குப் பிறகு செல்வத்தை எங்காவது வேலைக்குச் சேர்த்து விடுமாறு கேட்டு அந்த வீட்டுக்கு செல்வத்தை அழைத்து வந்தாள் செல்வத்தின் அம்மா. மதுரையில் வேலை கிடைத்து ஓரிரெண்டு ஆண்டுகள் ஆனாலும் அந்த ஊரிலேயே இருக்கும் தன் பெரியம்மா வீட்டுக்குச் சென்று வர அவனுக்கு விருப்பம் இல்லாது போனதற்கு இந்தப் பழைய அனுபவங்கள்தான் காரணமாக அமைந்திருந்தன.

அமைதியாக வந்து பெரியம்மாவின் பக்கத்தில் அமர்ந்த பெரியப்பா, பெரியம்மாவின் முகத்தை சில நிமிடங்கள் உற்றுப் பார்த்தார். ரிமோட்டை எடுத்து டீவியை அணைத்தார்.

'செய்தியப் பாத்தது போதும். டீவிய ஆஃப் பண்ணுன்னு எவ்வளவு நேரமா சொல்லுறேன். அதப் பாத்துப் பாத்து அழுதுகிட்டிருந்தா ஒனக்குத்தான் ஒடம்பு முடியாமப் போகும். இதுக்கு மேல நீ டீவிய ஆன் பண்ணவே கூடாது' என்று பெரியம்மாவைக் கண்டித்தார்.

பெரியம்மா ஒன்றும் சொல்லாமல் தன் முந்தானையால் முகத்தை அழுத்தித் துடைத்து விட்டு, முகத்தைத் தொங்கப் போட்டு அமர்ந்திருந்தாள்.

அண்ணன் மனைவி, அவர்களுக்கான அறையில் உறங்கிக் கொண் டிருந்தார். அவர்கள் மகன் பள்ளியிலிருந்து திரும்பி வரவில்லை. பெரியம்மாவுக்கு இப்போதைக்கு மனநிலை சரியில்லை. பெரியப்பாவிடம் பேசுவதற்கு ஒன்றும் இல்லை. செல்வம் தன் உள்ளங்கையின் ரேகைகளை எண்ணியபடி அமைதியாக அமர்ந்திருந்தான்.

பெரியப்பா, சோபாவில் அமர்ந்தபடியே தன் உடம்பை முறித்துக் கொண்டிருந்தார். அவர் கொஞ்சம் உயரமான ஆள்தான். பருத்த உடலாக இருந்தாலும் பெரிய தொப்பையைத் தூக்கித் திரியும் ஆளில்லை. அளவான தொப்பையாகவே இருக்கும். பேரன் பேத்தி எடுத்தக் கிழவனாக இருந்தாலும் தலையில் வழுக்கையெல்லாம் விழவில்லை அவருக்கு. மண்டை மயிரெல்லாம் நரைத்துப் போய் மட்டுமே இருந்தது. தாடியையும் மீசையையும் வெளிநாட்டுக்

காரர்கள் போல ஒழுங்கு செய்திருப்பார். அவர் அணியும் சட்டைகளும், டீ சர்ட்டும் தமிழ்நாட்டில் எந்த ஜவுளிக் கடைகளிலும் இருக்க வாய்ப்பில்லை என்றே நினைக்கத் தோன்றும். அப்போதே அதன் விலை மூவாயிரம் நான்காயிரம் என்று சொல்லிக் கொள்வார்கள். அவர் ஒரு பழைய சட்டையைப் போட்டிருந்தாலும் அவரது அந்தப் பணக்கார மிடுக்குச் சற்றும் குறையாது. அது எப்படி? என்பதுதான் செல்வத்துக்கு விளங்கவில்லை.

பெரியப்பா செல்வத்தை நோக்கிச் சொன்னார்.

'செல்வம்... அப்பாவுக்கு ஒரு ஓதவி செய்யணும்' செல்வத்துக்குப் பகீர் என்றது.

'இவரு வேலன்னு தான சொல்லுவாரு. இப்ப ஓதவின்னு சொல்லுறாரு. வந்ததுக்கு ஒரு டீ கூடக் குடிக்கலியே! சரிதான் சாப்பாட்டு நேரமா இருந்தா வேலன்னு சொல்லி இருப்பாரு. சாயங்காலம் ஆச்சுல்ல அதுனாலதான் ஓதவின்னு சொல்லுறாரு' ன்னு மனதுக்குள் நினைத்துக் கொண்டு 'சொல்லுக பெரியப்பா' என்றான்.

'பெரியப்பாவோட ரூமுல ஒரு மசாஜர் சார்ஜ்ல கெடக்கு. அத எடுத்துக்குட்டு வா. நான் மேல உள்ள ரூமுக்குப் போறேன்' என்று சொல்லிவிட்டு எழுந்து மேலே சென்றார்.

'செல்வம்... அந்த மசாஜ் மிசுன நெஞ்சுல மட்டும் வைக்கக் கூடாதுன்னு டாக்டர் சொல்லி இருக்காரு. பாத்துப் பண்ணனும். மொத மாறிலாம் இல்ல. அவுங்களுக்கு ஒடம்புல நோய் கூடிப் போச்சு. பெத்த புள்ளைக மூணும் மூணு திசைக்குப் பறந்து போச்சு. பொம்புளக வேலையா இருந்தா மருமகளப் பாக்கச் சொல்லலாம். மாமனாருக்கு பணிவிட பண்ணுன்னு மருமகள்ட்டயாச் சொல்ல முடியும்? அது நல்லாவா இருக்கும்? என்னால முடிஞ்சா நாம் பண்ணுவேன். எனக்கு உக்காந்தா எந்திருக்கவே முடியல. நா என்னத்தப் பண்ணுறது? ஒன்னும் சொல்லுறதுக்கு இல்ல. அவுக அவுக வெனையை அவுக அவுகதான் சொமக்கணும். நீ போ... நான் டீ போட்டு வைக்கிறேன்' என்று கூறியபடி சோபாவை விட்டு எழ முயன்றாள்.

ஓடமும் ஒரு நாள் கப்பலில் ஏறும். கப்பலும் ஒருநாள் ஓடத்தில் ஏறும் என்பது போல, வயதான காலத்தில் ஆடம்பரங்களை எல்லாம் இழந்து போய் தனிமை என்று சொல்ல முடியாத ஒரு வகைத் தனிமையில் வாழும் அவர்களைப் பார்க்கும் போது உலகம் இவ்வளவுதானா? என்ற எண்ணம் தோன்றியது செல்வத்தின் மனதில். மெதுவாக எழுந்து சென்று மசாஜரை எடுப்பதற்காக அந்தப் பெரிய அறையின் கதவைத் திறந்தான் செல்வம்.

செல்வத்தின் தோளைப் பிடித்து உலுக்கினார்கள் அவன் நண்பர்கள் இருவரும். 'ஓலா கேப் வந்துடுச்சு. என்ன பகல்லையே கனவா? நீ முன்னாடி போய் உக்காரு. நாங்க ரெண்டு பேரும் பின்னாடி உக்காருறோம்' என்றார்கள்.

மூவரும் காருக்குள் அமர்ந்தார்கள். ஓட்டுநர் செல்வத்திடம் கேட்டார். 'சார்... எங்க போகணும்?'

'மடப்புரம் காளி கோயிலுக்குப் போங்க'

'OTP சொல்லுங்க சார்.'

'4512' வாகனம் கிளம்பியது.

'சார்... மாட்டுத்தாவணியில இருந்து மடப்புரம் 27 கிலோமீட்டர் தான். அங்க போயி சாமி கும்பிட்டுத் திரும்புறத்துக்கு அதிக பட்சம் ஒரு மணிநேரம் ஆகும். அதுக்கு அடுத்து என்ன ப்ரோகிராம் சார். நீங்க ஆறு மணிநேரத்துக்கு புக் பண்ணியிருக்கீங்க. அதான் கேக்குறேன்' என்றார் ஓட்டுநர்.

பின்னாலிருந்த இரண்டு நண்பர்களில் ஒருவன் பேசினான்.

'முதல்ல மடப்புரம் காளி. அடுத்து பாண்டி முனி. கடைசியா மீனாட்சி. இதுதான் ப்ரோக்ராம். முன்னப் பின்ன ஆனா அப்புறம் பாத்துக்கலாம்' என்றான்.

'மடப்புரம் மதுரைக்கு அருகிலிருந்தாலும் சிவகங்கை மாவட்டத் தைச் சார்ந்த ஊர் அது. அந்த மடப்புரத்தில் கோயில் கொண்டுள்ள தெய்வத்துக்கு 'பத்ரகாளி' என்று பெயர். ஆங்கார, அகோர ரூபம் கொண்டவள் அவள்.'

பாவம் பழிக்கு அஞ்சாதவர்களிடம் 'மடப்புரம் காளி' என்ற சொல்லைச் சொன்னாலே உயிர் ஒடுங்கிப் போவார்கள். தட்டிக் கேட்க திராணியத்துப் போன எளிய மக்களுக்கான நீதிபதி அவள். அவளுடைய நீதிமன்றத்தில் ஏய்த்துப் பிழைப்பவர்களுக்கு இடமில்லை.

அவள் கொதித்துக் கொண்டிருப்பவள். தீமைகளை எரித்துக் கொண்டிருப்பவள். அவளைக் குளிர்விக்க, அவள் கழுத்தில் எப்போதும் எலுமிச்சை மாலை சாற்றிக்கொண்டே இருப்பார்கள். அங்கு வழங்கப்படும் பிரசாதமும் எலுமிச்சைதான்.

தெய்வம் நின்று கொல்லும் என்பதற்குச் சாட்சியாக குதிரைகளின் நிழலில் அக்கினியைத் தலையில் சுமந்து, அடர்ந்த புருவமும் மிரட்டும் விழிகளும் வைர மூக்குத்தியும் வடிவான சுதையழகும் எட்டுக்கையும் எலுமிச்சை மாலையுமாய் ஆங்காரக்கோலம் கொண்டு நிற்பாள் அந்தப் பத்திரகாளி.

அங்கு, குதிரையில் இல்லாமல் நின்ற கோலத்தில் இருந்து அருள் பாலிக்கின்றார் அடைக்கலம் காத்த ஐயனார்.

அந்தக் கோயில் பற்றி இருவகையான புராணச் செய்திகள் சொல்லப் படுகின்றன. அந்தச் செய்திகளையெல்லாம் செல்வம் தெளிவாகப் படித்து அறிந்து வைத்திருந்தான்.

அண்மையில் அவனுக்கு ஏற்பட்ட ஒரு மனக்கொதிப்பு, அவனை அந்தக் கோயிலுக்குச் சென்றுவரத் தூண்டியது. ஏதேதோ எண்ணங்கள் மனதில் ஓடிக்கொண்டிருந்தது. பின்னால் அமர்ந்திருந்த இரு நண்பர்களும் பல செய்திகளைப் பேசிக்கொண்டு வந்தார்கள். செல்வத்துக்கு எதிலும் மனம் ஒன்றவில்லை. கடந்த காலத்தின் சீழ் பிடித்துப் புரையோடிப் போன பழைய புண்ணின் துர்நாற்றத் துக்குள் சிக்கிச் சிதைந்து கொண்டிருந்ததான் அவன்.

மடப்புரம் கோயிலின் வாயிலுக்கு எதிராகவே வந்து நிறுத்தப் பட்டது கார். நீங்கள் உள்ளே செல்லுங்கள் காரைத் தூரத்தில் நிறுத்தி விட்டு நானும் வருகிறேன் என்று சொல்லிவிட்டு ஓட்டுநர் கிளம்பி னார். கார் கிளம்புவதற்குள் மூவரும் தங்கள் செருப்புகளைக் கழற்றி

காரிலேயே வைத்துவிட்டு அருகிலிருந்த கடையில் எலுமிச்சை மாலை ஒன்றை வாங்கிக் கொண்டுக் கோயிலுக்குள் நுழைந்தார்கள்.

செம்பவளப் பேரழகி ஓடி வாம்மா
செல்வமழைப் பொழிந்திடவே ஆடிவாம்மா
செங்கரும்பைக் கையிலேந்தி அருள்வாயம்மா
செங்கதிரைத் தலையில் சூடும் காளியம்மா
அருளமுது நல்கிடவே ஓடி வாம்மா
ஆசிகளைத் தந்திடவே ஆடி வாம்மா
வையத்து மக்கள் நலம் காப்பாயம்மா
வைகைக் கரை வாழும்
எங்கள் மடப்புரத்துக் காளியம்மா

என்ற பாடல் 'ஶ்ரீ காளி துதி' என்ற தலைப்பின் கீழ் எழுதப்பட்டிருந்த ஒரு பெரிய பதாகையைப் பார்த்தார்கள். அன்றைய நாள் கோயிலில் அவ்வளவாகக் கூட்டம் இல்லை என்றும் செவ்வாய், வெள்ளி, ஞாயிறு ஆகிய கிழமைகளில் கோயிலுக்குள் நுழைய முடியாத அளவுக்கு மக்கள் திரளாக வருவார்கள் என்றும் பின்னாலேயே வந்து சேர்ந்த ஓட்டுநர் கூறினார்.

பாம்பு போன்று நீண்டும் வளைந்தும் செல்லும் கம்பித் தடுப்பு களைக் கடந்து காளியைத் தரிசனம் செய்து, ஐயனாரை வணங்கி, பிரகாரம் சுற்றி மீண்டும் அந்தக் கம்பித் தடுப்புகளுக்குப் பக்கத்தில் வரும்போது, அங்குக் கட்டணம் செலுத்தவென்றே ஒரு தனியிடம் இருந்தது. அங்கிருந்த பதாகையில் தேங்காய் உடைக்க, சிறப்பு அர்ச்சனைக்கு என்று தனித்தனியான கட்டணங்கள் குறிப்பிடப் பட்டிருந்தது. அதில் வெட்டுக்காசு 20 ரூபாய் என்றிருந்ததைப் பார்த்துவிட்டு 'வெட்டுக் காசுக்கு' என்று சொல்லி அங்கிருப் பவரிடம் இருபது ரூபாய்த் தாளை நீட்டினான் செல்வம். அவர் எழுந்து செல்வத்தின் அருகில் வந்தார். அவரும், அங்கு காளிக்குப் பூசை செய்பவர்களைப் போலவே சட்டை அணியாமல், பச்சை வேட்டி கட்டி, தோளில் பச்சைத் துண்டைப் போட்டுக் கொண்டு நின்றார். ஏறக்குறைய 45 வயதிருக்கும். மெலிந்த உருவம். இறுகிய உடற்கட்டு. கரடு முரடான கிராமத்து மனிதராகத் தெரிந்தாலும் அவர் கண்களில் கருணைக் குடி கொண்டிருந்தது. பொறுமையாக நிதானமாக செல்வத்திடம் பேசத் துவங்கினார்.

'என்ன காரணம் தம்பி. எதுக்காக காசு வெட்டப் போறீங்க.' என்று கேட்டார். நண்பர்களும் ஓட்டுனரும் செல்வத்தின் வாயையே பார்த்துக் கொண்டு நின்றார்கள். செல்வத்துக்குத் தெளிவாகத் தெரிந்து போனது, நாம் சொல்லும் காரணத்தில் உண்மையும் நியாயமும் இருக்கிறதா என்பதை அறியாமல் காசு வெட்ட அனுமதிக்க மாட்டார்கள் என்று. மனதில் கிடந்த மறக்கப் பட வேண்டிய பக்கங்களை, இன்னொரு முறைப் புரட்டினான் செல்வம். அதற்கு முன்பு நண்பர்களையும் ஓட்டுனரையும் தூரத்தில் சென்று அமர்ந்திருக்கும்படி கூறினான்.

காரணத்தை முழுமையாகச் சொல்லி முடித்தான் செல்வம். அதைக் கேட்டுக் கொண்டிருந்தவர், சிறிது நேரம் ஏதும் பேசாமல் செல்வத்தையேப் பார்த்துக் கொண்டிருந்தார். பிறகு பெருமூச்சு விட்டவராய்ப் பேசத் துவங்கினார்.

'யாருக்காக காசு வெட்டப் போறீங்களோ அவங்களுக்கும் உங்க குடும்பத்துக்கும் இப்பப் பேச்சு வார்த்த இருக்குதா?'

'நான் பேசுறது இல்ல. ஆனா என்னோட அண்ணன் தம்பி அவங் களோட பேச்சு வார்த்தையிலதான் இருக்காங்க.'

'அண்ணன் தம்பி எல்லாரும் ஒன்னா இருக்கீங்களா? தனித்தனியா இருக்கீங்களா?'

'தனித்தனியாதான் இருக்கிறோம்.'

''தனித்தனியா இருந்தாலும் ரத்த சொந்தமில்லையா! நாஞ் சொல்லுறதக் கவனமா கேளுங்க! நீங்க யார நெனச்சுக் காசு வெட்டு றீங்களோ அவங்க குடும்பத்துக்கும் உங்க குடும்பத்துக்கும் எந்தத் தொடர்பும் இருக்கக் கூடாது. காச வெட்டிப் போட்டுட்டு திரும்பிப் பாக்காம வீட்டுக்குப் போயிடனும். இல்ல நீங்க தங்கி இருக்குற எடத்துக்குப் போயிடனும். இடையில வேற எந்தக் கோயிலுக்கும் போகக் கூடாது. இந்தத் தெய்வம் வேற தெய்வங்கள மாதிரி இல்ல. சொன்னத சொன்னபடி நடத்திக் காட்டுற தெய்வம். காச வெட்டிப் போட்டுட்டு அவுங்க குடும்பத்தோட ஒறவு கொண்டாடுனா உங்க குடுபத்துக்கே திருப்பி அடிச்சிரும். நல்லா

கவனமா யோசிச்சுப் பண்ணுங்க. வேண்டாமுன்னு நெனச்சிங்கன்னா காளிக்கு முன்ன நின்னு, எனக்கு நீதான் நியாயம் செய்யணும். அப்புடி செஞ்சிட்டா கோழியாவது ஆடாவது வாங்கித் தந்துடுறேன்னு நேத்திக்கடன் வச்சிட்டுப் போங்க. மீதிய அவ பாத்துக்குவா. எதைச் செஞ்சாலும் ஒன்னுக்கு ரெண்டுமொற யோசிச்சுச் செய்யுங்க. வருத்தப்படாதீங்க!" என்று சொல்லி முடித்துக் கொண்டார்.

செல்வம் வெட்டுக்காசுக்கு உரிய கட்டணத் தொகையைக் கட்டினான். அங்கிருந்து நேராக ஒரு இருபது அடி நடந்து காசு வெட்டும் முற்றதில் அமர்ந்தான்.

தண்டவாளத்தில் ஒரு சாண் அளவுக்கு ஒரு துண்டை வெட்டி எடுத்தது போல ஓர் இரும்புப் பலகை. அதனருகில் பட்டையான ஓர் உளி. வெட்டிய காசுகளைப் போட்டுவைப்பதற்கு ஒரு வாயகன்ற சில்வர்ப் பாத்திரம். இது தான் காசுவெட்டும் சடங்குக்கு உரிய தளவாடங்கள்.

நின்றபடியும் அமர்த்தபடியும் அத்தனை மக்கள் கூடியிருக்கும் இடத்தில், தான் செய்யும் இந்த செயல் எந்த எண்ணத்தில் பார்க்கப் படும் என்ற எந்த ஒரு கூச்சமோ குற்றவுணர்வோ செல்வத்துக்கு இல்லை. உடன் வந்த நண்பர்களும் ஓட்டுனரும் மருண்டபடி விழித்துக் கொண்டிருந்தார்கள்.

செல்வம் தன் பர்சிலிருந்து ஒரு ரூபாய் நாணயத்தை எடுத்தான். ஓட்டப் பந்தயத்துக்குத் தயாராகும் தடகள வீரனைப் போல அமர்ந்தும் அமராத ஒரு நிலையில் இருந்துகொண்டு இரும்புப் பலகையில் காசை வைத்து உளியை எடுத்துக் காசின் நடுப்பகுதியில் அழுத்திப் பிடித்தான். தரையில் கிடந்த இரும்புச் சுத்தியை எட்டி எடுக்கும் போது பழைய நினைவுகளும் எட்டிப் பார்த்தன.

கதவைத் திறந்த செல்வம் அறையின் மூலையிலிருந்த மசாஜரை எடுத்துக்கொண்டு முதல் தளத்தில் பெரியப்பா படுத்திருந்த அறைக்குள் நுழைந்தான். மசாஜரை எப்படிப் பயன்படுத்துவது? எந்த வேகத்தில் உடலில் தேய்ப்பது? என்று செல்வத்தின் கையைப்

பிடித்துச் செய்து காட்டினார். பின்னர் அங்கிருந்த மெத்தையில் தன் சட்டையைக் கழற்றிப் போட்டுவிட்டு, இடுப்பு வேட்டியை இறுக்கிக் கட்டிக்கொண்டு குப்புறப் படுத்துக் கொண்டார். பெரியவர்களின் உள்ளங்கை அகலத்துக்கு குவிந்த நிலையில் இருக்கும் அந்த மசாஜாரை ஆன் செய்து முதுகில் துவங்கி, வட்ட மிட்டு வட்டமிட்டு புட்டத்தில் ஏற்றி, தொடையில் இறங்கி, பாதத்தில் முடித்து, மறுகால் வழியாக கீழிருந்து மேல் வரவேண்டும். இருமுறை இப்படிச் செய்யும்போதே எரிச்சலாகிப் போனான் செல்வம்.

'காசு வந்துட்டா இந்த ஒடம்புக்கு இம்புட்டு சொகம் தேவைப்படுது. நாமல்லாம் வாழ்க்கயில உறுபடுவோமா! இல்ல இந்த மாதிரி புழுக்க வேல செஞ்சே கஞ்சிக்குச் செத்து வாழப்போறமான்னு தெரியல.'

'செத்தவன் பொச்சு சொமந்தவன் தல மேலன்னு, ஏதோ போயி கிட்டு இருக்கு நம்ம பொழப்பு. வாழ்ந்தா இந்தா இந்த ஆளு மாதிரி வாழணும்' என்று மனதுக்குள் சொல்லிக்கொண்டே எரிச்சலோடு அமுக்கினான் மசாஜரை.

குப்புறப் படுத்துத்திருந்த மனிதர், முக்கி முனகியபடி மல்லாக்கப் படுத்தார். அவர் படுத்துக் கிடந்த கோலத்தைப் பார்த்தவுடன் ஒரு நாட்டுப்புறப் பகடிப் பாடலொன்று நினைவுக்கு வந்தது அவனுக்கு.

'மாமன் வருவாகன்னு மல்லாக்கப் படுத்திருந்தேன்
மாமனக் காணவில்ல...
மாமன மாடு மிதிச்சுடுச்சு...
அயித்தான்... என்னோட அயித்தான்...
அயித்தான் வருவாகன்னு அகலமாகப் படுத்திருந்தேன்
அயித்தானக் காணவில்ல...
அயித்தான ஆடு கடிச்சிடுச்சு...'

குபீரென சிரித்து விட்டான் செல்வம். படுத்துக் கிடந்தவர் கேட்டார்.

'என்ன செல்வம் தானாச் சிரிக்கிறே... என்னன்னு சொல்லு நானும் சிரிப்பேனுல்ல...'

என்ன சொல்வதென்று தெரியாமல் விழித்தான் செல்வம். ‘மல்லாக்கப் படுத்திருந்தேன்’ பாட்டையா சொல்ல முடியும். ஏதாவது சொல்லி சமாளிக்கணும் என்று ஒரு செய்தியைச் சொன்னான்.

‘இல்ல பெரியப்பா நம்ம ஊருல டீய தேத்தண்ணின்னு தான சொல்லுவோம். மதுரைக்கு வந்த புதுசுல, நா வேல பாக்குறே எடத்துக்குப் பக்கத்துல உள்ள டீக் கடைக்கி டீ குடிக்கப் போனேன். கடையில சரியான கூட்டம். டீ மாஸ்டர் செம்ம வேகமா எல்லாருக்கும் டீ போட்டுக்கிட்டு இருந்தாரு. நான் கொஞ்சம் சத்தமாச் சொன்னேன். ‘மாஸ்டர் எனக்கு ஒரு தேத்தண்ணி’ அப்புடின்னு. அவரு வேலையோட வேலையா என்னைய மொறைச்சுப் பாத்துட்டு டீ போட ஆரம்பிச்சுட்டாரு.

ரொம்ப நேரம் ஆச்சு எனக்கு மட்டும் டீ வரல. மறுபடியும் கேட்டேன். ‘மாஸ்டர் எனக்கு ஒரு தேத்தண்ணி போடுங்க’ன்னு அந்த ஆளு நாலஞ்சு கெட்டவார்த்தையில திட்டிபுட்டு ‘தண்ணி வேணுமுன்னா உள்ள ட்ரம்முல இருக்கு போய் அள்ளிக் குடிடா... எதுக்கு பட்டறையில நிக்கிற என்னைய வந்து நொட்டுறேன்னு’ கத்திட்டாரு. அங்க இருந்த எல்லாரும் என்னையே பாத்தாங்க. ரொம்ப கஷ்டமாப் போச்சு எனக்கு.

மாஸ்டர் பக்கத்துல போயி எங்க ஊருல டீயத் தான் தேத் தண்ணின்னு சொல்லுவோம்முன்னு சொன்னேன். அந்த ஆளு விழுந்து விழுந்து சிரிக்க ஆரம்பிச்சுட்டான். மத்தவங்களப் பாத்து, பாசு இவிங்கெ ஊருல டீய தண்ணின்னு சொல்லவங்கெல்லாம். அப்பத் தண்ணிய என்ன சுமீமீ ன்னு சொல்லுவாங்கெ போலன்னு சொல்லிச் சிரிச்சாரு. அதக் கேட்டு எல்லாரும் சிருச்சுட்டாங்க.

‘அந்தக் கதைய இப்போ நெனச்சனா எனக்கே சிரிப்பு வந்துடுச்சு’ என்றான். படுத்துக் கிடந்தவர் இவன் மேல் ஒரு ஏளனப் பார்வையை வீசிவிட்டு, தனது வலது கையை எடுத்து நெற்றியில் அடித்துக் கொண்டு சிரித்தார்.

‘நெஞ்சுல மசாஜர வைக்கக் கூடாது. வயித்துல ‘லோ மோடு’ல வச்சி

மசாஜ் பண்ணனும். தொடையில இருந்து பாதம் வர முதுகுல அழுத்திப் புடிச்ச மாதிரி 'ஹை'யில வச்சுப் பண்ணனும்' என்று அறிவுறுத்தி விட்டு கண்களை மூடிக்கொண்டார். செல்வம் தனது தொண்டூழியத்தைத் தொடர்ந்தான்.

அவர் கூறியது போலவே சரியாக பொறுமையாக மசாஜரை உடலில் ஓட விட்டான் செல்வம். அடி வயிற்றிலிருந்து ஒரு பக்கத் தொடையில் மசாஜர் இறங்கும்போது அவர் உடலில் ஒரு துடிப்பு ஏற்பட்டது. மசாஜரின் அதிர்வு பிறப்புறுப்பில் கூசும் உணர்வை ஏற்படுத்தி இருக்கும் என்பது செல்வத்துக்கு நன்றாக விளங்கியது.

சில நிமிடங்களுக்குப் பிறகு ஒட்டுமொத்தமாக அவர் நடவடிக்கை யில் மாற்றம் ஏற்படுவதை உணர்ந்தான் செல்வம். அவருடைய கை செல்வத்தின் முதுகைத் தடவியது. கண் மூடியிருக்க வாய் எதையோ முனகிக் கொண்டிருந்தது. அது செல்வத்துக்கு இடப்படும் முனகல் கட்டளை என்பதை அவன் அறிந்தானில்லை. தொடுதலும் முனகலும் நேர்ந்த அடுத்த நொடியே இடுப்பில் கட்டியிருந்த வேட்டியை அவிழ்த்து விட்டு விறைத்திருந்த தன் ஆண் குறியை தனது வலது கையால் மெதுவாகக் குலுக்கி, சற்றே படுக்கையிலிருந்து முதுகை உயர்த்தி இடது கையால் செல்வத்தின் பிடரி மயிரை அழுந்தப் பிடித்து தொடை இடுக்கில், விறைகளில், ஆண் குறியில் என்று மொத்தமாக எல்லா உறுப்புகளிலும் அவன் முகம் படும்படி அழுத்தினார். என்ன ஆனதோ அந்த மனிதனுக்கு, சற்றே குரலை உயர்த்தி 'வாய்த் திற' என்று உறுமினார். பல்லைக் கிட்டிக்கொண்ட செல்வத்தின் உதட்டை முட்டி உள் நுழையப் அழுந்தி எம்பிக் கொண்டிருந்தது அறுபது வயதுக் கிழவனின் ஆணுறுப்பு.

கேட்காத முனகலும் உணராதத் தொடுதலும் நுகர முடியாத ஆணுறுப்பின் முடை நாற்றமும் காண ஒவ்வாத ஒரு கிழவனின் விரைத்த ஆணுறுப்பும் உதடு வரை முட்டி நின்ற குறிச் சுவையுமென செல்வத்தின் ஐம்புலன்களும் அருவருப்பில் நடுங்கத் துவங்கி விட்டன. தனது இரு கைகளாலும் செல்வத்தின் தலையைப் பிடித்துக் கொண்டு, தெரு நாய் ஒன்று வெறிகொண்டுப் புணர்வது போல அவன் முகத்தில் இயங்கினான்.

இந்தத் தரங்கெட்ட சம்பவம், கிட்டத்தட்ட 15 நொடிகள் நிகழ்ந்திருக்கும். செல்வம் தனக்கு நடந்த அதிர்ச்சியிலிருந்து விடுபட்டவனாய், அவரின் பிடியைத் தளர்த்தி அறையிலிருந்து வெளியேறினான். கிழவன், சில வினாடிகள் இடுப்புக்கு கீழே வேகமாக இயங்கியதால் படுக்கையை விட்டு எழ முடியாமல் திண்டாடிக் கொண்டிருந்தான்.

கீழ்த்தளத்துக்கு ஓடி வந்த செல்வம் கழிவறைக்கு ஓடிச் சென்று தண்ணீரை அள்ளி முகத்தில் அடித்தான். நெடு நேரம் அடித்தான். ஏதோ போட்டியில் கலந்து கொண்டவன் போல அவதி அவதியாய் அங்கிருந்த சோப்புகளையும் சாம்புகளையும் பிதுக்கிப் பிதுக்கி முகத்தில் தேய்த்தான். உதடுகள் பிய்ந்து போகும் அளவிற்கு சோப்பைப் போட்டுத் தேய்த்து இழுத்தான். பத்து முறை பதினைந்து முறை திரும்பத் திரும்ப சுத்தம் செய்துவிட்டு அங்கிருந்த கண்ணாடியில் தன் முகத்தைப் பார்த்தான்.

கேவலம், அருவருப்பு, குமட்டல். அவன் முகத்தைப் பார்க்க அவனுக்கே ஒப்பவில்லை. வாயை அகலத் திறந்து ஆஆஆஆஆ... வென்று கதறியழுதான். தண்ணீரிலேயே அமர்ந்து கொண்டு தரையை ஓங்கி ஓங்கியடித்தான். தன் முகத்தில் தானே அறைந்து கொண்டான். நரகலில் புரண்டு உருண்டதைப் போல உணர்ந்தான்.

சில நிமிடங்களுக்குப் பிறகு வெளியே வந்தவன் ‘பெரியம்மா நான் கௌம்புறேன்’ என்று குரல் கொடுத்தான். சமயலறையிலிருந்து வெளியே வந்த பெரியம்மா ‘டீ குடிச்சிட்டுப் போ செல்வம்’ என்றாள். செல்வத்தை நேருக்கு நேர் பார்த்த பெரியம்மா அதிர்ந்து போனாள். ‘என்னப்பா ஆச்சு இப்புடி நனஞ்சு போய் நிக்கிறே... மூஞ்சி கண்ணுலாம் ஏன் இப்புடிச் செவந்து போயிக் கெடக்குது?’ என்றாள்.

‘பைப்பத் தெறக்குறதுக்கு பதிலா ஷவரத் தெறந்துட்டேன் அதுதான் நனைஞ்சு போய்ட்டேன் வேற ஒண்ணுமில்ல பெரியம்மா’ என்றான். ‘என்ன பையனோத் தெரியல... இன்னும் இப்புடித்தான் இருக்குறே... புத்தி மதியாப் பொழச்சுக்க செல்வம்...’ என்றாள்.

சட்டென அவனுக்கு முன்னே வந்து நின்றான் கிழவன். ‘யம்மா... இன்னும் செல்வத்துக்கு டீ குடுக்கலியா?’ என்று கேட்டுக் கொண்டே தன்னுடைய அறைக்குள் நுழைந்தான்.

‘அவன் போறேன்னு நிக்கிறான். டவுன் பஸ்க்கு டைம் ஆச்சுல....’ என்று சொல்லிக் கொண்டே ‘செல்வம் செலவுக்கு காசு வச்சிருக்கியா? பெரியம்மா காசு தாறேன் ஏதாவது வாங்கி சாப்புட்டுட்டுப் போறியா?’ என்றாள்.

‘வேணாம் பெரியம்மா என்னட்ட காசு இருக்குது. நான் போறேன்’ என்றான் செல்வம்.

‘போறேன்னு சொல்லக் கூடாது. போயிட்டு வாரேன்னு சொல்லு. செல்லுந் தெசையெல்லாம் குலதெய்வம் கூட வரும். நல்லபடியா போயிட்டு வா...’ என்று சொல்லி முடிக்கும்போது, இரண்டு டீ சர்ட்டுகளையும் இரண்டு வெளிநாட்டு செண்டு பாட்டில்களையும் ஒரு கனத்தப் பிளாஸ்டிக் பையில் போட்டு ‘இந்தா செல்வம் இதுல டீ சர்ட்டும் செண்டும் இருக்கு வச்சிக்க. பாத்துப் போயிட்டு வா’ என்றான் கிழவன். எதுவுமே சொல்லாமல் அந்தத் திணவுக் கூலியை கையில் வாங்கிக் கொண்டு வெளியேறினான். நடந்து பழகிய சவமாய் சாலையில் நடந்து போனான். பேருந்து நிறுத்தத்துக்கு அருகிலிருந்த குப்பைத் தொட்டியில் அந்தப் பையப் போட்டுவிட்டு விளக்குத்தூண் வரை நடந்தே சென்றான் கண்ணீருடன்.

அந்த நிகழ்வுக்குப் பிறகு பெரியம்மா வீட்டுப் பக்கம் கால்கூட வைக்கவில்லை செல்வம். நடந்ததைப் பற்றி யாரிடமும் எதுவும் சொல்லவும் இல்லை. ஏழு வருடங்கள் கடந்தன. அப்போது செல்வம் வேறு மாநிலத்தில் வேலை செய்து கொண்டிருந்தான். ஒரு நாள் செல்வத்தின் தொலைபேசிக்கு பெரியம்மா அழைத்தார். தன் கணவர் உடல் நலமின்றி மருத்துவமனையில் இருப்பதாகவும், வாயாலும் வயிற்றாலும் இரத்தம் வெளியேறுவதாகவும் செல்வத்தின் அண்ணன் மதுரைக்கு வந்திருந்து அவருக்கு உதவி செய்வதாகவும் இனி அவர் பிழைக்க பத்து சதவிகிதம் கூட வாய்ப்பு இல்லை என்று மருத்துவர்கள் கூறி விட்டதாகவும் உயிரோடு இருக்கும்போதே அனைவரும் ஒருமுறை வந்து பார்த்துவிட்டுச்

செல்வதாகவும் அவருக்கு நினைவு திரும்பும் போதெல்லாம் செல்வம் வந்துவிட்டானா? அவனை ஒருமுறைப் பார்க்க வேண்டும் என்று கேட்டுக் கொண்டிருப்பதாகவும் கூறினாள்.

தானும் வந்து பார்ப்பதாகக் கூறிவிட்டு தொலைபேசியைத் துண்டித்தான். அடுத்த மூன்று நாட்களில் தன் சொந்த ஊருக்கு ஏதோ ஒரு வேலையாகச் சென்றிருந்தான். அதற்கு அடுத்த நாள் கிழவனின் மரணச் செய்தியும் பிணமும் சொந்த ஊருக்கே வந்து சேர்ந்தது. எல்லோரும் போகும்போது நாம் போகாமல் இருக்கக் கூடாது என்பதற்காக அவனும் கூட்டத்தில் நின்றுவிட்டு வீட்டுக்கு வந்து விட்டான். பிணத்தின் முகத்தை அல்ல, பிணம் கிடத்தப்பட்டப் பெட்டியைக் கூட அவன் பார்க்கவில்லை. செல்வத்தைப் பொறுத்த மட்டில் கிழவன் செத்தாலும் அவனுக்கு மன்னிப்பு இல்லை.

கிழவன் செத்த பிறகு பெரியம்மா தன் சுக போக வாழ்க்கையை இழந்தாள். தொழிலில் கூட்டாளிகளாக இருந்த சொந்தக்காரர்களே அவர்களை ஏமாற்றினார்கள். எளிமையான வாழ்க்கைக்குத் தள்ளப் பட்ட பெரியம்மா, கைம்பெண்ணாகத் தன் சொந்த ஊருக்கே வந்து வாழத் துவங்கினாள். செல்வம் தன் பெரியம்மாவுடனானப் பேச்சு வார்த்தைகளையும் துண்டித்துக் கொண்டான்.

காலங்கள் கடந்தன. செல்வமும் அவன் தம்பியும் மனம் திறந்து பேசிக் கொள்வார்கள். அப்படியான ஒரு நாளில் என்றோ நிகழ்ந்த அந்த நிகழ்வை தன் தம்பியிடம் கூறினான் செல்வம்.

'ஓகோ.... அப்புடியாளா அந்த ஆளு... அதுனாலதான நல்ல சாவு வராமப் போச்சு' என்று கூறிவிட்டு அவனும் அதை மனதிலேயே வைத்துக் கொண்டான். குடும்பத்துக்குள் ஏற்பட்ட ஏதோ சிக்கலில் வாய்த் தகராறு ஏற்பட்டு விட்டது பெரியம்மாவுக்கும் செல்வத்தின் தம்பிக்கும்.

'பெரியம்மா சும்மா ஏதாவது பேசாதீங்க! உங்க குடும்பத்து நாத்தம் யாருக்கும் தெரியாதுன்னு நெனைக்கிறீங்களோ? உங்க புருஷன், உத்தமரு யோக்கியரு, எங்க அண்ணன்கிட்ட எப்புடி நடத்துக் கிட்டாருன்னு வெளிய சொன்னா பீ மாதிரி நாறிப் போயிரும் ஒங்கக் குடும்பப் பெரும' என்று காட்டமாகப் பேசிவிட்டான்.

அதையும் எதிர் கொண்டாள் பெரியம்மா.

"டேய்... எனக்கு எல்லாந் தெரியுமுடா... யாரோ சொல்லி எப்போவோ தெரிஞ்சுக்குறதுக்கு நா ஒன்னும் கேனக் கிறுக்கச்சி இல்ல. நடந்த விசயத்த, உங்க அண்ணனும் வெளிய சொல்லல நானும் வெளிய சொல்லல. அது ஒனக்கு சம்மந்தம் இல்லாத விஷயம் அதைப் பத்தி நீ பேசாத" என்று வெடுவெடுவென்று பேசி விட்டாள். செல்வத்தின் தம்பிக்கு இது பெரும் மனக்கொதிப்பை ஏற்படுத்தியது.

அவன், நடந்ததை செல்வத்திடம் சொன்னான். செல்வம் பேச்சற்றுப் போனான். இதையெல்லாம் தெரிந்தும் அமைதியாக இருந்திருக் கிறாள் என்றால் இவள் வேறு எவை எவைக்கு உடந்தையாக இருந்திருப்பாள்? எனக்கு நேர்ந்தது ஒரு பெண் பிள்ளைக்கு நேர்ந்து, அது வெளியே தெரிய வந்திருந்தால் அவள் வாழ்க்கை என்னவாகி இருக்கும்? இப்படிப் பல வகையாக சிந்தித்துக் கொண்டிருந்த செல்வத்துக்குக் கட்டுக்கடங்காத கோபம் வந்துவிட்டது. வெறி பிடித்தவனைப் போலக் கத்தத் துவங்கினான்.

'அந்தக் கெழட்டுத் தேவுடியாப்பய படுத்த படுக்கையில கெடந்து நாறிச் செத்தான். புருசனோட அரிப்புக்கு ஊருப் பயலுகளக் கூட்டிக் குடுத்துப்புட்டு, குடும்ப கவுரவத்தைக் காப்பாத்திக்கிட்டு குத்துக்கல்லு மாதிரி திரியுறாளா இந்தக் கிழட்டு முண்ட...'

'புருஷன ஊரு மேய விட்டாத் தான, இவ ஊருப் பயலுகளுக்குக் காலத்தூக்குறதக் கண்டுக்காம இருப்பான் அந்தப் புழுக்கப் புண்டாமகென். இந்தக் குண்டி பெருத்த முண்ட குடும்பத்துக்கு ஆகமாட்டான்னு எத்தனை மொற நான் சொல்லி இருப்பேன். எவனாவது கேட்டீங்களா? இந்தக் களவாணிக் கண்டாரஓலியால இன்னும் எத்துண குடும்பம் குண்டியத் தூக்கப் போகுதோ தெரியல.'

'தேவுடியா முண்ட, பட்டத் தோற, பலபாடு பட்ட வேச, கொப்பான ஓலி, டாபரு முண்ட, இந்த அவுசாரி குடும்பமே அடிமாண்டு போகட்டும். அவ பெத்த பிள்ளைக எல்லாம் சந்தியில நின்னு சாக்கொட்டு கொட்டட்டும். அந்த ஊருல ஓலி வேசக்கி

நாக்குல புத்து வக்கெட்டும். சந்தி சிரிச்சு சப்பாணி கொட்ட, சாணிப் பீ மாறி நசுங்கிச் சாகட்டும்...' சன்னதம் வந்து ஆடும் சாமியாடியைப் போல வெறிகொண்டு சொல்லாடினான் செல்வம்.

கேட்க ஒவ்வாத சொற்களைக் கேட்டு விக்கித்து நின்றான் செல்வத்தின் தம்பி. கண்கள் சிவந்து கண்ணீர் தாரை தாரையாய் ஓட செல்வம் பேசினான்.

'கேக்க ஆளில்லாத ஏழைகளுக்கு தெய்வந்தான் ஓரவஞ்சனை இல்லாம தீர்ப்புக் குடுக்கும். நம்மள மாதிரி ஆளுங்களுக்கு உள்ள கடைசி நம்பிக்கையும் அதுதான். நாம் போயி மடப்புரத்துக் காளிக்கிட்ட ஈடுமொற வைக்கிறேன். அவளாவது கேக்குறாளான்னு பாப்போம். அவளும் கேக்கலைன்னா ஒரு செவிட்டு மிசின வாங்கி, இதுதான் என்னோட காணிக்கைன்னு உண்டியலுல போட்டுட்டு வந்துடுறேன்' என்று சொல்லி கண்களைத் துடைத்துக் கொண்டான் செல்வம். பிறகுதான் தன் நண்பர்களை அழைத்துக் கொண்டு மடப்புரத்துக்கு வந்து சேர்ந்தான்.

நடந்த எதையும் தன் நண்பர்களுக்குக் கூட அவன் சொல்லிக் கொள்ளவில்லை. அவர்களும் கேட்டுக் கொள்ளவில்லை. அதைப் பற்றி கேட்டால் பிறகு அவர்கள் செல்வத்துக்கு நண்பர்களாக இருக்க மாட்டார்கள் என்பது அவர்களுக்கேத் தெரியும்.

இரும்புப் பலகையில் காசை வைத்து உளியை எடுத்துக் காசின் நடுப்பகுதியில் அழுத்திப் பிடித்து, உளியில் அடிக்கச் சுத்தியலை உயர்த்தினான்.

என்ன நினைத்தானோ? ஏது நினைத்தானோ? அவன் மட்டும்தான் அறிவான். சுத்தியைத் தரையில் போட்டுவிட்டு, உளியை இரும்புப் பலகையின் மீது வைத்துவிட்டு விறுவிறுவென நடந்து சென்றுக் காளியை வணங்கினான். அதே வேகத்தில் விருட்டென்று வெளி யேறினான் கோயிலை விட்டுத் தன் நண்பர்களுடன்.

அடுத்தமுறை ஆடு, கோழியோடு வரப்போகிறானா? இல்லை, ஒரு செவிட்டு மிஷினோடு வரப்போகிறானா? என்று கண்களை அகல விரித்துப் பார்த்துக் கொண்டிருந்தாள் மடப்புரத்துக் காளி.

●